ஒளிர்நிழல்

சுரேஷ் பிரதீப்

சொந்த ஊர் திருவாரூர் மாவட்டத்தில் இருக்கும் சிறு கிராமமான தக்களூர். தற்சமயம் விடையபுரத்தில் வசித்து வருகிறார். திருத்துறைப்பூண்டி தலைமை அஞ்சலகத்தில் அஞ்சலக உதவியாள ராக சேமிப்பு வங்கித் தணிக்கைத் துறையில் பணி. அப்பா, பன்னீர்செல்வம்; அம்மா, வசந்தா. 'ஒளிர்நிழல்' முதல் நாவல் மற்றும் 'நாயகிகள் நாயகர்கள்' முதல் சிறுகதை தொகுப்பு. அவருடைய இணையத்தளம் sureshezhuthu.blogspot.in.

ஒளிர்நிழல்

சுரேஷ் பிரதீப்

ஒளிர்நிழல்
OlirNizhal
by Suresh Pradheep ©

First Edition: May 2017
128 Pages
Printed in India.

ISBN: 978-81-8493-734-3
Kizhakku 991

Kizhakku Pathippagam
177/103, First Floor,
Ambal's Building, Lloyds Road,
Royapettah, Chennai - 600 014.
Ph: +91-44-4200-9603

Email : support@nhm.in
Website : www.nhm.in

 kizhakkupathippagam
 kizhakku_nhm

Author's Email: sureshpradheep@gmail.com

Kizhakku Pathippagam is an imprint of New Horizon Media Private Limited

என்றும் என் நினைவில் உயிர்த்திருக்கும்
என் சகோதரிக்கு...

முன்னுரை

தன்னிரக்கத்தில் மனம் உழன்ற ஒரு தருணத்தில் இக்கதையை எழுதத் தொடங்கினேன். தலைப்புக்கு என்ன அர்த்தம் என்று கூட எனக்குத் தெரியவில்லை. ஆனால் வரிகள் நகர நகர ஒர் அர்த்தம் திரண்டு வருவதை உணர்ந்தேன். தொடர்ந்து எழுதுவதில் மனம் விடுதலை அடைவதை உணர முடிகிறது.

இன்றைய சூழலின் இறுக்கத்தையும் தளர்வையும் ஒர் இளைய மனம் எப்படி எதிர்கொள்கிறது என்பதை ஒருவகையில் இந்த நாவலின் அடிப்படையாகச் சொல்லலாம். ஒருவகையில் மட்டுமே. முடிக்கும்போது ஒரு புதிருக்கான விடையைக் கண்டு கொண்ட திருப்தியை, ஒரு செயலை முடித்த நிறைவை மனம் அடைகிறது. வாசிப்பவர்களுக்கும் அந்தத் திருப்தியும் நிறைவும் ஏற்படுமானால் நான் என் தோளினை ஒருமுறை தட்டிக் கொள்ளலாம்.

வாசிப்பினை தனிக்கலையென உணர வைத்து வாசிக்கவும் எழுதவும் பயிற்றுவித்த என் ஆசிரியர் ஜெயமோகனுக்கு என் முதல் வணக்கம். ஒரு வேலை கூட வைக்காமல் என்னைச் சுதந்திரமாக இருக்க அனுமதித்திருக்கும் என் பெற்றோருக்கும் என் பைத்தியக்காரத்தனங்களைப் பொறுத்துப் போகும் என் அண்ணனுக்கும் அன்பு. எனக்கு எதிர்த்திசையில் சிந்தித்து என்னை நிலைப்படுத்தும் தோழி மேரி எர்னஸ்ட் கிறிஸ்டி அவர்களுக்கும், என்னைப் பொறுத்துக் கொள்ளும் தோழர்கள் பாலமுருகன், பிரபு ஆகியோருக்கும், என் முதல் வாசகனும் என் மீது கொலை வெறியோடு இருப்பவனுமான என் நண்பன் முத்துக்குமரனுக்கும் என் பிரத்யேக வணக்கங்கள். நூலின் வடிவத்தை செம்மை செய்த ஹரன் பிரசன்னாவுக்கும் வெளியிடும் கிழக்கு பதிப்பகத்தாருக்கும் உளப்பூர்வமான நன்றிகள்.

05.02.2017 சுரேஷ் பிரதீப்

I

ஒரு பக்கத்திலிருந்து பார்க்கும்போது அனைத்தும் அனுமதிக்கப் பட்டிருக்கிறது. மறுபக்கம் எதுவும் அனுமதிக்கப்படவில்லை. நம்முடைய பொறுப்பு என்பது எதெல்லாம் அனுமதிக்கப்பட்டது, எதெல்லாம் அனுமதிக்கப்படாதது என எடுத்துரைப்பதுதான். எப்படியாயினும் நம்மால் ஒரு முழுமையான சித்திரத்தை உருவாக்கி அளிக்க முடிவதில்லை. அனுமதிக்கப்பட்டவையும் படாதவையுமாக இரு எல்லைகளுக்கு நடுவில் ஊசலாடுவதே பிழைப்பு. அனுமதிக்கப்பட்ட அனைத்துமே அனுமதிக்கப் படாததுதான் என்பதைக் கண்டுகொள்பவனுக்கு அமைதி என்பது கிடையாது. அவன் இறுதியாக உந்தப்படுவது இறப்பை நோக்கி மட்டுமே. இறுதியில் எஞ்சுவதும் இன்னொரு குழப்பமே. சுய இறப்பு அனுமதிக்கப்பட்டிருக்கிறதா இல்லையா என்ற குழப்பம்.

எப்படியோ நேற்று முன்தினம் கடவுளுடன் ஓர் ஒப்பந்தம் போட்டிருந்தேன். ஆம் ஒப்பந்தம்தான். எதிர்த்தரப்புப் பேரத்திற்கு ஒப்புவதே ஒப்பந்தத்தின் அடிப்படை. தாய்மை தந்தைமை குடும்பம் உறவு என எல்லாவற்றிலும் ஒரு பேரம் இருக்கிறது. ஆனால் கடவுளுடன் ஏற்படுத்தும் ஒப்பந்தம் பேரமற்றது. பேரத்திறன் அற்றவனுக்கானது. சுய வெறுப்பு பிடுங்கித் தின்று கொண்டிருந்தது அந்நேரம். என்னுடைய டைரிக்குறிப்பினை அப்படியே தருகிறேன்.

13.10.2016

'இறைவா. யாரை இப்போது அழைக்கிறேன். தெரியவில்லை. ஆனால் சக மனிதன் ஒருவனிடம் மனம் திறந்து அழும் வரம் பெறாதவன் நான்.

உன்னை நோக்கி அழுத அத்தனை பேருமே திமிர் பிடித்தவர்கள். என்னையும் அவர்களில் ஒருவனாக ஏற்றுக் கொள்வாய் என நம்புகிறேன். இங்கிருக்கும் எதுவுமே என்னை ஆற்றுப்படுத்த முடியாது என்ற முதல் எண்ணத்தில்தான் நீ உதித்திருக்கவேண்டும். நீ எனக்கு ஆணவங்களின் தொகுப்பு. சக மனிதனின் பலவீனங்களை முழுதாய் உணர முடிந்தவன் மனம் விட்டு அழுதுவிட முடியாது. தீர்வு சொல்லத் தகுதியற்ற ஒருவனிடம் அழுது அரற்றி அமைதி தேடுவதை விட உன்னிடம் முறையிடுவதே முறை என எண்ணுகிறேன். என் முறையிடலை நீ கேட்பதற்கும் நியாயம் இல்லாமலில்லை. என்னால் கொல்ல முடிந்தும் பல மனித உயிர்களை நான் கொலை செய்யாமல் இருந்திருக்கிறேன். ஆகவே இல்லாததே அல்லது எங்கும் நிறைந்ததே என் கோரிக்கையை செவி மடு. எளிமையான கோரிக்கைதான். இன்று இரவு மணி பத்து. நாளை இரவு இந்நேரத்திற்குள் நான் இறந்து போய் விட வேண்டும். வேடிக்கையாய் இருக்கிறதா? எப்படியாவது என் இறப்புக்கு ஏற்பாடு செய். என்னுடைய இருப்பு யாருக்கும் எவ்வித நியாயத்தையும் செய்யவில்லை. இறப்பு நிச்சயம் பொருள்படும். என் காப்பீட்டுத் தொகை என் குடும்பத்திற்குக் கிடைக்கும். அவர்கள் வாழ்வதற்கு அது போதுமானது. ஆனால் தற்கொலையில் எனக்கு விருப்பமில்லை. நீயாகவே என் இறப்பை ஏற்பாடு செய்ய வேண்டும். ஏதோவொரு விதத்தில் நாளையே நான் இறந்து போக வேண்டும். என்னுடைய அச்சங்கள் பொறாமைகள் வஞ்சங்கள் அனைத்தும் அத்துடன் ஒழியட்டும். மன்றாடுபவனுக்கு எதுவுமே கிடைக்காது. தெரிந்தும் உன்னிடம் மன்றாடுகிறேன் இறைவா. என்னைக் கொன்று விடு. முழுதாகக் கொன்று விடு. தயவு செய். தயவு செய். இந்த ஒரு உதவி. ஒரேயொரு உதவியை எனக்குச் செய். உன்னிடம் கருணை இருக்க வாய்ப்பில்லை. ஆனால் தராசு இருக்கும். அளந்து பார்த்து சீக்கிரம் முடித்துவிடு இறைவா.'

இன்று இப்படிப்பட்ட எண்ணம் எதுவும் என் மனதில் இல்லை. தற்கொலைக்குத் தயாராகவே இருக்கிறேன். இன்னும் சில குழப்பங்கள் எஞ்சி நிற்கின்றன. எப்படியாயினும் இறப்பு மட்டுமே எனக்கான நியாயத்தைச் செய்து விட முடியும். ஒருவேளை என்னை யாரேனும் கண்டறிந்தால், நான் எழுதும் கடிதம் உங்கள் கையில் கிடைத்தால், நான் இறந்து போவதற்கான காரணங்களை எண்ணக்கூடும். வெளியே அழுகை தொடங்குகிறது. என் அப்பாவை எரித்து மூன்று மணி நேரங்கள் ஆகிவிட்டன. என்னை இன்னும் எத்தனை மணி நேரம் கழித்து எரிப்பார்கள் எனத் தெரியவில்லை. தற்கொலை என்பதால் என்

உடல் பலவாறாகக் கிழிக்கப்படும். அம்மாவுக்கு அதை எண்ணிப்பார்க்க சிரமமாகவே இருக்கும். நான் அவள் கண்ட கனவு. அக்கனவை விட்டு வெளியேறுவதற்கு எனக்கு வழியே கிடையாது. ஒருவேளை என் இறப்பின் கணத்தில் அவள் கனவிலிருந்து மேலெழுந்து நான் சிரிக்கக்கூடும். அப்போதும் அவள் என்னைப் பழிக்கக்கூடும். இவ்வெண்ணம் என் இறப்பை துரிதப்படுத்துகிறது. யாரிடமும் விடைபெற்றுக் கொள்ள வேண்டியதில்லை. இதைப்படிக்கும் நீங்கள்தான் எனக்கு அணுக்கமானவர். என்னை ஒரேயொரு முறை உங்கள் நினைவில் தழுவிக்கொள்ளுங்கள். வருகிறேன்.

அன்புடன்

சுரேஷ் பிரதீப்

2

15.10.16

தற்கொலைக்கு முன்

அவர்கள் என் தந்தையைப் பாடுகிறார்கள். மட்கி இறந்து கொண்டிருக்கும் கிழவிகள் என் தந்தையைப் பாடுகின்றனர். அவர் இறப்புக்கு வெளியூரில் இருந்து வருவேன் என நான் எதிர்பார்த்திருக்கவில்லை.

பெரியப்பா மகன் அழைத்தான்.

'அப்பாக்கு ஒடம்பு சரில்லடா. உடனே கெளம்பி வா' என்றான். நானும் புறப்பட்டேன்.

வரும் வழியில் சித்தப்பாவின் அழைப்பு.

'தம்பி' என்றார். அவர் தொண்டையில் ஆத்திரம் அடைத்தது. நான் ஒரு வகையில் ஊகித்துக்கொண்டேன். அவர் இறப்பை ஊகித்த கணமே என் கோரிக்கையும் என் நினைவில் எழுந்தது. உடல் முழுவதும் ஒரு பரபரப்பு பரவியது. இன்று நானும் இறந்துவிட்டால்! இரு உயிர்களைப் பறிகொடுத்த அபலைப் பெண். பத்திரிகைச் செய்தியாகக் கூட மாற்றிக் கொள்ள முடியும். என்னால் அமைதியாகப் பேருந்தில் அமர்ந்திருக்க முடியவில்லை. என்னைவிட அனைத்தும் மெதுவாக இயங்குவது போன்ற பிரமை. நடத்துநர் டிக்கெட் கொடுக்க வருகிற வரையில் கூடப் பொறுமையாக என்னால் அமர்ந்திருக்க முடியவில்லை. நானே ஒடிச் சென்று டிக்கெட் எடுத்துக்கொண்டு வந்தேன். எப்போதும்

பொறாமையைக் கிளப்பும் காதல் ஜோடிகளைக்கூடப் பொருட்படுத்தாமல் கடந்து சென்று இருக்கையில் அமர்ந்து கொண்டேன்.

நானே அருவருக்கும் அந்த நிதானத்தன்மை மீண்டும் அதிகரித்தது. அப்பா இறந்தால் பெரிய லாபம் ஏதும் இல்லை. நான் இறப்பதால் என் குடும்பத்திற்கு முப்பது லட்சம் காப்பீட்டுத் தொகை கிடைக்கும். அக்காவுக்குத் திருமணம் ஆகியிருந்தால் அண்ணனே அதை எடுத்துக் கொள்வான். அவன் நன்றாக இருக்கட்டும் என எண்ணியபோது மனம் பொங்கியது. பின் பொங்கியதற்காகக் கூசியது.

வீட்டின்முன் தகரக் கொட்டகை போடப்பட்டிருந்தது. பல முதியவர்கள் கவலை தோய்ந்த முகத்தை சிரமப்பட்டுத் தக்க வைத்தவாறு அமர்ந்திருந்தனர். அதையும் மீறி சில அப்பாவிகள் முகத்தில் புன்முறுவல் எழுந்துவிட்டது. யார் மெலிதாகச் சிரிப்பதைக் கண்டாலும் நானும் சிரித்துவிடுவேன். சிரிப்பினைத் தவிர்ப்பதற்காக முகத்தைக் கூடிய அளவிற்கு இறுக்கிக் கொண்டேன். அண்ணன் என் விழிகளைச் சந்தித்தான். ஓடிப்போய்க் கட்டிப்பிடித்துக்கொண்டு அழுவதையெல்லாம் இருவருமே விரும்புகிறவர்கள் கிடையாது. இருந்தும் என்னுள் துக்கம் இல்லை என்பது அவனில் கடும் துவேஷத்தை எழுப்பியிருக்க வேண்டும். எரித்து விடுவது போலப் பார்த்தான். நான் அம்மாவைப் பார்க்க உள்ளே சென்றேன். அவள் தங்கையின் மடியில் தலை வைத்தவாறு மயங்கிக் கிடந்தாள். வெகுநேரம் அழுதிருக்கிறாள் என்பது முகத்தில் ஓடியிருந்த வரிகளில் தெரிந்தது. அம்மாவின் காலடியில் அக்கா நித்யா அமர்ந்திருந்தாள். காபினுக்குள் அப்பா கிடத்தப்பட்டிருந்தார். முகம் விரிந்து கோணிவிடக் கூடாது என்பதற்காகவாயில் வெற்றிலையை அடக்கி, தலையைச் சுற்றித் துணி கட்டியிருந்தனர். தீப்பிடித்த ஒரு கொட்டகையின் அருகில் சென்றபோது கனமான இரும்புத்தூண் பின்மண்டையில் அறைந்து உயிர் பிரிந்திருக்கிறது. லேசான தட்டல்தான் என்றாலும் மூளையின் மிக மெல்லிய பகுதியில் விழுந்த அடி. உடனே மூளை இறப்பு நிகழ்ந்திருக்கிறது.

சில நிமிடங்கள் அவரை வெறித்தபடி நின்றேன். அவர் சிரிப்பது போலத் தோன்றியது. அக்கா அவர் காலடியில் உட்கார்ந்து விசும்பிக் கொண்டிருந்தாள். அழும்போது அழகாக இருப்பாள். திருமணமாகும் வரை அவளை அழவைப்பது என்னுடைய சோர்வுகளைப் போக்கும் முக்கியப் பொழுதுபோக்கு.

அவளுடைய குடும்பம் 'சம்மந்திச் சோறுடன்' வந்தது. அவளும் தெருமுனை வரை சென்றுவிட்டு அப்பாவை நோக்கி வர வேண்டும். அப்பாவிற்காக அவள் அளிக்கும் இறுதி உணவுடன் நடந்து வந்தாள். என் உடல் நடுங்கத் தொடங்கியது. ஒரு எளிய சடங்கு. அவள் கணவனுடைய குடும்பத்தினர் சூழ வாழை இலைகள் ஒரு அன்னக்கூடையில் அடுக்கப்பட்டிருக்க உள்ளே வெந்திருக்கும் சாதத்தைத் தூக்கிக்கொண்டு நடந்து வருகிறாள். அது ஏன் என்னை இப்படி துடிக்க வைக்கிறது. அந்நேரம் அண்ணனையும் அவளையும் இரு கைகளாலும் இறுக்கி அணைத்துக்கொள்ள விரும்பினேன். ஆம்! என்னால் அது முடிந்திருக்கும். அவர்களைவிட என்னுடல் பெரியது. அவர்கள் இருவரும் எனக்கு நிறையவே உண்ணக் கொடுத்திருக்கிறார்கள்.

ராஜேந்திரன் மாமா அடிக்கடி சொல்வதுண்டு. உண்மையா எனத் தெரியவில்லை.

'ஓங்கொக்காளுக்கு மூத்தவன சுத்தமா புடிக்காது மாப்ள. அவதான் எனக்கு வேறண்ணன் வேணும் வேறண்ணன் வேணும்ன்னு நச்சரிச்சு கிட்டே இருப்பா. பின்ன உங்கம்மாவோட கெட்டி வச்சது எதுக்காவது ரெண்டு புள்ளைக்கு மேல இருக்கா பாத்தியா?'

அம்மாவும் சொல்லி இருக்கிறாள். எனக்கு இரு வயதாகும் வரை அவள் அண்ணா என்றே அழைத்திருக்கிறாள். அவளுடைய விருப்பத்தின் உடல் வடிவம் நான் என்ற எண்ணம் எழுந்தபோது இன்னதென எண்ண முடியாத வெறுப்பு மனதில் மண்டியது. பல நாட்கள் தூக்கம் தொலைத்து அலைந்தேன். அவளுக்குக் கொடுக்கப்பட்ட பொம்மை நான். அவளுக்காக உருவாக்கி அளிக்கப்பட்டவன். ஆனால் அந்த எண்ணமே அவளைக் கண்டு நான் அழுவதற்குக் காரணமாக அமைந்தது. அன்னக்கூடையைச் சட்டென கீழே போட்டுவிட்டு என்னென்னவோ சொல்லி அழுதாள். காபினில் மடேரென முட்டிக் கொண்டாள். என் மார்பில் ஓங்கிக் குத்துவது போல இருந்தது. அவள் மீண்டும் முட்ட முனைந்தபோது என் கைகளைக் குறுக்கே நுழைத்துக் கொண்டேன்.

'ஏய் வாடி இங்கிட்டு' என அவளை உடலோடு இழுத்தேன். என் உடலை விட்டுத் திமிறி ஓட முனைந்தாள். முடியாது எனத் தெரிந்ததும் என் கரங்களைப் பற்றிக்கொண்டு அழத் தொடங்கினாள். அண்ணனும் ஓடி வந்து சில நொடிகள் தயங்கி நின்றவன் எங்களை அணைத்துக் கொண்டான். வெட்கமும்

கோபமும் கலந்து எழுந்தன. அவ்வுணர்வுகளை உடலசைவு களாக மாற்றி அவர்கள் இருவரையும் அணைத்துக்கொண்டேன். நாங்கள் அப்படி இணைந்து நிற்பது, ஏனோ இறந்து கிடக்கும் அந்த மனிதரும் நாங்கள் மூவரும் மட்டுமே உலகில் இருப்பதைப் போன்ற ஓர் உணர்வினை ஏற்படுத்தியது. அம்மா அதை விரும்பமாட்டாள் என்றும் எண்ணினேன்.

இறப்பு சகஜ நிலை நோக்கி நகர்வதைக் கண்ட போதே எனக்கு நடுக்கம் ஏற்படத் தொடங்கியது. தயங்கிச் சிரித்தவர்கள் ஓங்கிச் சிரிக்கத் தொடங்கினர். என்னைக் காணும்போது மட்டும் வலிய வரவழைத்த துயரை முகத்தில் சூடினர். என் அப்பாவிற்கு இளவயதில் ஏற்பட்டிருந்த பெண் தொடர்புகள் குறித்துப் பேசினர். அப்பெண்ணை என் அப்பாவிடமிருந்துதான் கைப்பற்றியது குறித்து ஒருவர் சொன்னார்.

அப்படியெனில் உண்மையில் துயர் என்பது என்ன? அந்த மனிதரைப் பொருட்படுத்துபவர்களுக்கு மட்டுமே துயரா? அவரை நான் பொருட்படுத்துகிறேனா? மதுவால் ஆண்கள் பலரது விழிகள் சிவந்துகொண்டிருந்தன. அழுவதன் வழியாகப் பெண்கள் தங்கள் துயரின்மையை வெளிப்படுத்திக் கொண்டிருந்தனர். திடீரென அவ்விடத்தில் தனியே நிற்பது போன்ற உணர்வு ஏற்பட்டது. அங்கிருந்து ஓடிவிட வேண்டுமென நினைத்தேன். மெல்ல மெல்ல அச்சூழல் எனக்கு அருவருப் பூட்டத் தொடங்கியது. பெண்களின் அழுகையொலியில் குடும்பக் கஷ்டங்களே அதிகம் ஒலித்தன. அம்மா அதிகமாகத் துயருரா மாட்டாள் என்ற எண்ணம் சற்று ஆசுவாசத்தைக் கொடுத்தது. அக்காவுக்கும் பெரிதாகத் துயர் இருக்காது. ஒருவேளை அவளுக்கு மணமாவதற்கு முன் அவர் இறந்திருந்தால் அவள் துயருற்றிருக்கலாம். அண்ணன் மட்டுமே துயருடன் இருக்கிறான். அவருக்காக வருந்தும் ஒரேயொருவன். அவ்வெண்ணமே எனக்குத் துயரளித்தது. பிணத்தை ஒரு வண்டியில் ஏற்றி அதை மாலைகளால் அலங்கரித்து இடுகாட்டுக்குக் கொண்டுசென்றனர். எனக்கு மொட்டையடிக்கப்பட்டு மீசை மழிக்கப்பட்டது. அப்போது என் முகம் எப்படி இருக்குமெனப் பார்க்கும் ஆசை எழுந்தது. அப்பாவை விறகு மேடையில் கிடத்தி வரட்டிகளால் மூடினர். பின்னர் அதன்மேல் வைக்கோல் அடுக்கி ஆற்றுக் களிமண்ணைப் பூசினர். அதன்மேல் மீண்டும் வைக்கோல் அடுக்கப்பட்டது. கொள்ளிப்பந்தத்தைச் சிதையில் வீசியபின் திரும்பி நோக்காமல் நடக்கச் சொன்னார்கள்.

பகல் முழுதும் பெரும்பாலும் நின்று கொண்டிருந்ததால் நன்றாகவே உறக்கம் வந்தது. பூஜையறையில் அமர்ந்து அம்மா வெறித்த விழிகளுடன் குங்குமத்தை வாரி வாரி மேலே கொட்டிக் கொள்வது போல் கனவு வந்தது. சாட்டையால் அடித்துக் கொண்டே மயங்கி விழுந்தாள். நான் விழித்துக் கொண்டேன். அடிவயிற்றுப் புரட்டல் போல் அவ்வெண்ணம் எழுந்தது. செத்திருக்க வேண்டியது நான்!

கோபம் பொங்கியது. சுவற்றில் ஓங்கிக் குத்தினேன். அலைபேசியை எடுத்து நான் எழுதியிருந்த நாவலைப் படித்தேன்.

அதன் முதல் வரி.

ஒரு பக்கத்திலிருந்து பார்க்கும் போது அனைத்தும் அனுமதிக்கப் பட்டிருக்கிறது. மறுபக்கம் எதுவும் அனுமதிக்கப்படவில்லை.

௩

சுரேஷ் தற்கொலை செய்து கொண்ட மூன்றாம் நாள் அவன் பெயருக்கு ஒரு கடிதம் வந்திருந்தது.

அன்புள்ள சுரேஷ்,

உன்னுடைய 'ஒளிர்நிழல்' படித்தேன். ஒரு நாவலாகக்கூடிய அத்தனை தகுதியும் கொண்ட படைப்பு. ஆனால் இளமைக்கே உரிய முதிர்ச்சி இன்மையையும் தகவல் குறைபாட்டினையும் கொண்டிருக்கிறது. என்னடா இவன் எடுத்த எடுப்பிலேயே குறை சொல்கிறான் என்ற எண்ணத்துடன், 'இவன் என்ன எழுதியிருக்கிறான், இவன் தகுதி என்ன' என்றெல்லாம் மண்டையை உடைத்துக் கொள்ளாதே. அச்சிடும் தகுதியுடைய எதையும் நான் எழுதியிருக்கவில்லை. என் நிறுவனத்தின் மேலாளராக நான் இடும் கட்டளைகள் மட்டுமே அச்சில் வரும். அதையும்கூட, சாரத்தை நான் சொல்ல, என்னுடைய உதவியாளரே எழுதுவார். தமிழில் ஐந்தாண்டுக் காலம் வாசித்திருப்பவன் என்பதே என் தகுதி. க.நா.சு தொடங்கி வெங்கட் சாமிநாதன், வேதசகாயகுமார், ஜெயமோகன் என நீளும் கறாரான தமிழிலக்கிய விமர்சன முறைகளை அறிந்தவன் என்பதை என் கூடுதல் தகுதியாகக் கொள்ளலாம். நேஷனல் புக் டிரஸ்ட் வெளியிட்டிருக்கும் இந்தியாவின் சிறந்த தமிழ் நாவல்களையும் வாசித்திருக்கிறேன்.

நாவலுக்குக் குறிப்பிட்ட மையம் இருக்க வேண்டிய அவசியம் இல்லை என்பதில் தீர்மானமாக இருக்கிறாய் எனத் தெரிகிறது. தனி மனிதனின் உளச்சிக்கல்களை ஆராய்வதிலிருந்து தஸ்தாயெவ்ஸ்கி மீதான உன்னுடைய ஈடுபாடு புலப்படுகிறது. திறனுக்கும் வயதுக்கும் தொடர்பிருப்பதாக நான் நம்பவில்லை எனினும் முப்பது கூடத்

தொடாத ஒருவன் எப்படி இவ்வளவு தீவிரமாக எழுதுகிறான் என்ற ஆச்சரியம் மேலிடுவதைத் தவிர்க்க முடியவில்லை. உன்னுடைய திறன் வெளிப்படும் இடமாக நான் எண்ணுவது, புற அடையாளங்களை முற்றாகத் தவிர்த்துவிட்டு எழுதப்பட்டிருக்கும் சிறுகதைகள் போன்ற அத்தியாயங்கள்.

ஒரு மனிதனை எந்த அளவிற்குத் தனிமைப்படுத்த முடியுமோ அவ்வளவு தனிமைப்படுத்துகிறாய். படைப்பினைக் கொண்டு படைப்பாளியை ஊகிக்கும் சோர்வளிக்கக்கூடிய தேவையற்ற வேலையை வாசிக்க வந்த புதிதில் செய்து கொண்டிருந்தேன். இப்போதெல்லாம் எழுத்துக்கு என்னை ஒப்புக்கொடுக்கிறேனே ஒழிய எழுதியது யார் என்றெல்லாம் எண்ணிப் பார்ப்பதே இல்லை. என் வரையறைகள் தெளிவடைந்துகொண்டே இருக்கின்றன. உலகின் அனைத்து விமர்சகர்களும் ஒத்துக்கொள்ளும் ஓர் எழுத்தாளரின் எழுத்தில் என்னை இழுத்துச் செல்லும் எதுவும் இல்லையென்றால் அதை முற்றாக மறுத்துவிட என்னால் முடிகிறது. கார்க்கியையும் நாகிப் மாஃபஸையும் நான் அவ்வாறு மறுக்கிறேன். ஏன் மறுக்கிறேன் என விரிவாகவே என்னால் எழுத முடியும். இது அதற்கான கடிதமல்ல. நான் சொல்ல வந்தது இதுவே. உன் பாத்திரங்களின் தனிமை உன்னிலிருந்து வெளியேறுவதோ என எண்ணத் தோன்றுகிறது.

'தேவதையைக் காத்திருப்பவன்' என்ற சுய புலம்பல்களின் தொகுப்பான கடிதம் அநாவசியமாகத் துருத்தி நிற்பதாக எனக்குத் தோன்றுகிறது. எந்த ஒரு மனிதனும் தன்னை மிகப்பெரிய லட்சியவாதியாகக் கற்பனை செய்துகொண்டு இப்படி ஒரு கடிதத்தை நண்பனுக்கு எழுதிவிட முடியும். இருவருக்கும் ஒரே பெயரை இட்டிருப்பது சில இடைவெளிகளை உருவாக்கி சிந்திக்க வைக்கிறது. இருந்தும் அந்தக் 'கடிதம்' ரொம்ப நீளமானதாக இருக்கிறது. உன்னை 'ஆகா ஓஹோ' என என்னால் பாராட்ட முடியாது. இதற்கு முந்தைய ஒரு கடிதத்தில் நீயே கூட என்னுடைய வாசிப்பைச் சிலாகித்திருந்தாய். ஆகவே என் அளவுகோலின்படி உன் படைப்பு என்னை அந்தரங்கமாகத் தீண்டுகிறது. தூண்டுகிறது. எழுத்தை உன் களமாகக் கொண்டால் உன் தேடலை வரலாற்றுடனும் தத்துவத்துடனும் இணைத்து விரிபுடுத்திக்கொண்டால் மேலும் பல சிறந்த படைப்பு களை நீ எழுத முடியும். 'ஒளிர்நிழ'லில் நீ அறிந்தோ அறியாமலோ எண்ணற்ற கேள்விகளை எழுப்பிக் கொண்டுவிட்டாய். தங்களுடைய வாழ்வனுபவத்திலிருந்து வாசிப்பவர்கள் விடை நோக்கிச் செல்லட்டும் என்பது உன் எண்ணமாக இருக்கலாம். ஆனால் உன் கேள்விகளுக்கு

மழுப்பலற்ற விடைகளை நீ கண்டறிந்தால் மட்டுமே உன்னால் நிம்மதியாக உறங்க முடியும்.

மேலும் எனக்கொரு சந்தேகம். உன்னுடைய படைப்புகளை நீ உன் இணையப் பக்கத்தில் வெளியிட்டிருப்பாய். ஏன், இந்த நாவலில் இடம்பெற்றிருக்கும் 'தேவதையைக் காத்திருப்பவன்' கூட உன் இணையப் பக்கத்தில் வெளிவந்துள்ளது. 'ஒளிர்நிழல்' நாவலை ஏன் நீ வெளியிடவில்லை? எனக்கும் உன்னுடைய பள்ளித் தோழன் ஒருவனுக்கும் உன் அலுவலகத்தில் சக ஊழியர்கள் இருவருக்கும் மட்டுமே மின்னஞ்சல் அனுப்பியிருக்கிறாய். உன் அகம் சோர்வடைகிறது என்று எண்ணுகிறேன்.

ஒரு சகோதரனாக அல்லது நண்பனாக உன்னிடம் சொல்கிறேன். பெண்ணிடத்தில் விலகி விலகிச் செல்லாதே. சீக்கிரம் உன் இணையயைத் தேர்ந்தெடுத்து மணம் புரிந்து கொள். இந்தியா வரும்போது உன்னை நேரில் சந்திக்கிறேன்.

அன்புடன்

மகேந்திரன் முத்துசாமி

'ரகு, என்னடா லெட்டர் அது?'

'எங்க ஆபிஸ்லேர்ந்து வந்திருக்கு. என்னைக்கு ஜாயிண்ட் பண்றேன்னு கேட்டு எழுதியிருக்காங்க.'

அம்மா ஒரு வாரத்தில் ரொம்பவே துவண்டு விட்டாள். அவளை அப்படிப் பார்க்க எரிச்சலாக இருந்தது. மீண்டும் வலி தாக்குவதற்குரிய முக பாவம் அவளில் ஏற்பட்டது. என் கண்களும் கலங்கின.

'அத்தே, மாத்தர போட்டுட்டு படுங்க. நேரமாகுது' என்றவாறு அம்மாவை உள்ளே அழைத்துச் சென்றாள்தீபா.

கடிதத்தில் பின் குறிப்பும் இருந்தது.

சுரேஷ், உனக்கு மின்னஞ்சல் அனுப்பியிருந்தேன். அதிகபட்சம் ஒரு நாளைக்குள் பதில் எழுதிவிடுவாய். அலைபேசியில் அழைத்தால் நீ ஒழுங்காகப் பேசமாட்டாய். சிரித்து மழுப்பி விடுவாய். எனக்கு இருப்பு கொள்ளவில்லை. திருவாரூர் நண்பன் ஒருவனுக்கு இக்கடிதத்தை மின்னஞ்சலில் அனுப்பி உன்னிடம் தபாலில் சேர்ப்பிக்கச் சொல்லி இருக்கிறேன். பைத்தியக் காரத்தனம் இல்லையா!

பெருமூச்சுடன் கடிதத்தை மூடினேன். மகேந்திரன் முத்துசாமியின் மின்னஞ்சலுக்கு ஒரு கடிதம் எழுதத் தொடங்கினேன்.

தங்கை எதிரே வந்தமர்ந்தாள். கழுத்தும் கன்னமும் சிவந்திருந்தன. வயிற்றைப் புரட்டுவது போல ஒரு அருவருப்பு எழுந்தது. அவள் கணவனின் குறட்டையொலி கேட்டுக் கொண்டிருந்தது.

'அவரு நாளைக்கு கௌம்புறாருடா.' சற்று தயங்கியபின் 'வற்றுக்கு எப்படியும் ரெண்டு மாசமாகும்' என்றாள்.

என் ஆற்றல் மொத்தத்தையும் திரட்டிக் கட்டுப்படுத்திக் கொண்டேன்.

'சரி நீ போய்ப் படு. எனக்கு ஒரு வேலை இருக்கு' என்றேன். என் குரலைக் கேட்க எனக்கே பயமாக இருந்தது. அவள் முகத்தை நிமிர்ந்து பார்த்தேன். ஆழமாகப் புண்பட்டுவிட்டாள் எனத் தெரிந்தது.

'செரி' என்று வெடுக்கென எழுந்தாள். அந்நேரம் தங்கையை 'நித்யா' என நான் அழைத்திருந்தால் சமாதானம் அடைந்திருப்பாள். அவள் எதிர்பார்ப்பதும் அதுதான். அவள் செயலை, அவளுக்குத் தொடர்பே இல்லாதது என்றும் அவள் மீது எக்குறையும் இல்லை என்றும் சொல்லி நான் ஆறுதல்படுத்த வேண்டுமென விரும்புகிறாள்.

நான் மகேந்திரன் முத்துசாமிக்கு கடிதம் எழுதத் தொடங்கினேன். என் மனம் படபடத்தது. மாடியில் வானத்தைப் பார்த்தவாறு தனியே அமர்ந்திருந்தாள் நித்யா. 'பனி பெய்யுது பாருடி. போய் படு' என்றேன். அவள் முகம் மலர்ந்தது. அவள் தோளைத் தொட்டு 'போம்மா' என்றேன். சட்டென என் தோளில் சாய்ந்துகொண்டு ஏங்கி ஏங்கி அழத் தொடங்கினாள். அவளை சமாதானம் செய்து அழைத்துச்சென்று படுக்க வைத்தபின் மகேந்திரன் முத்துசாமிக்கு கடிதம் எழுதினேன். எழுதி முடிக்கும்போது என் கண்கள் நிறைந்து சட்டையை நனைத்திருப்பதைக் கண்டேன்.

4

பின்னுரை

ஒரு வழியாக எழுதி முடித்துவிட்டேன். ஒன்றைச் செய்து முடிக்கும்போது அது எவ்வளவு அற்பமானதெனினும் அல்லது எவ்வளவு உயர்வானதெனினும் மனதில் எழும் நிம்மதி ஒன்றுதான் போல.

சக மனிதன் மீதெழும் வெறுப்பே இந்த நாவலுக்கான அடிப்படை எனத் தோன்றுகிறது. உறைந்து போனவர்களை நோக்கிக் கேள்வி கேட்பதோ உறைய மறுப்பவர்களை ஊக்குவிப்பதோ இதன் நோக்கம் அல்ல. என் உறைதலையும் ஓட்டத்தையும் அள்ளி வைக்கும் (அதற்கென்றே நான் எழுதுகிறேன் என்றாலும்) பணியையும் இது செய்யவில்லை.

முற்றொழுங்கின் மீதான கற்பனைகள், நூறு சதவீதத் திறன் அடைவதற்கான போலியான லட்சியவாதங்கள் இளவயதில் ஏன் கொடுக்கப்படுகின்றன? நான் அடையாததை என் சந்ததி அடையட்டும் எனும் எளிய மூதாதையின் எண்ணமா அது? அப்படி ஒரு எண்ணம் பல்லாயிரம் ஆண்டுகள் கடத்தப்பட முடியுமா? எதைச் சிந்தித்தாலும் இவ்வெண்ணம் எப்படியோ உள்ளே நுழைந்துவிடுகிறது. வரலாற்றைப் பெரும் பின்னலாகப் பந்தி விரித்து உண்ணக் கொடுத்து ஏப்பம் விட வைப்பதில் என்ன பொருளிருக்க முடியும்? பொருளற்ற பெரும் பெருக்காக வரலாறு கரை புரண்டோடுகிறது. அதன் நீரைக் குடத்தில் அள்ளிச் சோதிக்கின்றனர். வற்றிப் போன ஆறுகளில் வெள்ளப் பெருக்கு

எப்படி இருந்திருக்கும் என எண்ணிச் சலிக்கின்றனர். சலிப்பினைத் திகைப்பாக மாற்றி சந்ததிகளுக்கு அளிக்கின்றனர். அத்திகைப்பிற்கு அடியிலிருக்கும் சலிப்பை அச்சந்ததி காணும் போது அடுத்த தலைமுறை எழுந்துவிடுகிறது. சலிப்பும் திகைப்பும்தான் வரலாற்றிலிருந்து நாம் பெறுவதா? பல்லாயிரம் வருடங்களுக்கு முன்பு வாழ்ந்த நம் மூதாதை நம்முடன் உரையாட விழைகிறானா? அவனுக்கு எது அறைகூவலாக அமைந்தது? அவன் சந்தித்த கேள்விகள் என்ன? அவனைக் குழப்பிய அச்சங்கள் என்ன?

முடிவற்று நீளும் இக்கேள்விகளை நேரடியாக எதிர்கொண்டு நெஞ்சுலைந்து அமர்பவன் மூடன். அதனை வகைப்படுத்திப் பிரித்துத் தொகைப்படுத்திச் சேர்த்துப் பார்ப்பவனே ஏதோவொரு விடையை நம்மிடம் அளித்துச் செல்கிறான்.

என் தேடலும் இரண்டாம் வகையினதே. உலகின் ஒழுங்கின்மையைக் கண்டு சலித்து இறந்தான் ஜோசப் ஜேம்ஸ். அத்தவறை நான் செய்யப் போதவில்லை. ஒழுங்கின்மையை உருவாக்கிய வரலாற்று விசையை ஒழுங்கின்மையுடன் இணைப்பதன் வழியாக அத்தனை ஒழுங்குகளும் ஒழுங்கின்மைகளே என நிறுவ நினைக்கிறேன்.

ஒதுங்கி நோக்குபவன் மட்டுமே ஒன்றையேனும் கண்டுகொள்ள முடியுமென்பதே புத்தாயிரத்தின் விதி. ஒதுங்காமல் ஒன்றிலே ஈடுபடுபவன் வேறு வழியின்றி ஒன்றி விடுகிறான். ஒதுங்குபவனின் ஒன்றலுக்கான தவிப்பையும் ஒன்றியவனின் ஒதுங்கலுக்கான ஏக்கத்தையும் பதிவு செய்து பார்த்துச் சலிப்பதே என் பணி. ஒரே நேரம் ஒன்றியும் ஒதுங்கியும் வாழ்பவன் வல்லவன் எனினும், ஒன்றி ஒதுங்குவதற்கான ஓட்டத்திலேயே எரிபொருள் தீருமோ என்ற பயத்துடனே அவன் வாழ்கிறான். என்னைப் போல.

நன்றி

சுரேஷ் ப்ரதீப்

5

ஒளிர்நிழல் அத்தியாயம்- 4

பல நூறு பாம்பு மாத்திரைகளை ஒன்றாக வைத்துக் கொளுத்தியது போல, தடித்துக் கருத்த பனைமரங்கள் அந்தக் குறுகிய சாலையை நோக்கிக் குனிந்திருந்தன. வெகு நேரம் உற்றுப் பார்த்தால் மேலே வந்து விழுந்து விடும் என்ற பயத்தினை ஏற்படுத்தக்கூடியவை. நிறைந்த கருமையில் எச்சில் துப்பியது போல, நாங்கள் பயணித்த பேருந்து அந்தச் சாலையில் ஒளியையும் ஒலியையும் கலங்கடித்துச் சென்றது.

எதிர்க்காற்றினை உள்ளிழுக்க வேண்டி இருந்ததால்நெஞ்சு வலிப்பது போல் இருந்தது. மூச்சை ஆழமாக இழுத்து விட்டேன். அருணா விளையாட்டுக்கென பெருமூச்சை நகலெடுத்தாள். சில மழைத்தூரல்கள் விழத் தொடங்கி இருந்தன.

பேருந்துக்கு வெளியே இருள் அடர்த்தியாகத் திரண்டிருந்தது. முழித்துப் பார்க்கும் கண்களென இடையிடையே தென்பட்ட குடிசைகளின் வெளிச்சம் என்னை அதிரச் செய்து கொண்டிருந்தது. வெளிச்சங்கள் தென்படாமலாகி அடர் இருள் சூழ்ந்துகொண்டபோது தனித்து விடப்பட்டவன் போல உணர்ந்தேன். பேருந்திலும் பேசிக் கொண்டிருந்தவர்களின் ஒலிகள் குறைந்திருந்தன.

'அருணா.'

'ம்.'

அந்த 'ம்' என்னைக் கூர்மை கொள்ளச் செய்தது. அலட்சியம் விலகல் திமிர் என எதிலும் கொண்டுபோய்ச் சேர்த்து விட முடியாத 'ம்'.

'என்னடா' என்றாள்.

நான் கூர்மையடைந்ததை அவளும் உணர்ந்திருந்தாள்.

'நாளைக்கு லீவ் சொல்லி இருக்கியா?' என்றேன்.

'ஆமா' என்றாள் சாதாரணமாக. நான் எச்சில் விழுங்கினேன். அந்தச் சத்தம் அவளைக் கனிவு கொள்ளச் செய்யும் என்பதை எண்ணியபோது உடல் கூசியது.

மீண்டும் அமைதிக்குள் சுருண்டு கொண்டவனையும் என்னைப் பார்த்துக் கொண்டிருந்த அருணாவையும் எங்களுக்குப் பின்னே பலமான மது உளறலுடன் அமர்ந்திருந்தவர்களையும் அவர்களுக்கு முன்னே அமர்ந்திருந்த சில பெண்களையும் தன் கருவறைக்குள் அமர்த்திக்கொண்டு ஊர்ந்து கொண்டிருந்தது பேருந்து.

'மதியம் என்னடா சாப்பிட்ட'என்றாள் அருணா ஏதோவொரு கணத்தில்.

ஏதோ எண்ணிக் கொண்டிருந்தவன் அதிலிருந்து விடுபடாமல் 'என்னக்கா' என்று சொல்லிவிட்டு அவளைப் பார்த்தேன்.

அடர் மௌனத்தில் விழுந்து துளி இசையென நான் அதுவரை கண்டே இராத பேரழகு அவள் முகத்தில் சிறு புன்னகைக் கீற்றென எழுந்து அணைந்தது. அருணாவை அக்கா என அழைப்பது நின்றுபோய் வெகு நாளாகிறது என்பது அப்போதுதான் நினைவிற்கு வந்தது.

விழிகளை விலக்கியபடி 'பால் சாதம்' என்றேன். பேருந்து நின்றபோது எனக்கு ஏனோ இறங்கிச் சென்றுவிட வேண்டும் போல் இருந்தது. அவிழ்ந்து கிடந்த கூந்தலை எடுத்து முடிந்த படியே ஜன்னலுக்கு வெளியே துப்பினாள். கடந்து சென்று துப்பியதால் என் மீது சில துளிகள் தெறித்தன.

'பஸ் எத்தன மணிக்கு சக்தி திரும்பும்' என்றாள்.

'பதினோறு மணிக்கு கடேசி ட்ரிப்' என்றேன். மேலும் ஏதோ சொல்வாள் என சில நொடிகள் அமைதி காத்தேன். அவள் ஒன்றும் சொல்லவில்லை. அவள் என்னை சக்தி என அழைப்பது எனக்குப் பிடிக்கும்.

தனியார் நிதி நிறுவனம் ஒன்றில் வேலைக்குச் சேர்ந்தபோதுதான் அருணாவைப் பார்த்தேன். எப்போதும் சிரித்த முகத்துடன் எல்லோரிடமும் குழைந்து பேசுவாள். அதிகமாகச் சிரிப்பவர்கள் தங்களிடமிருந்து எதையோ மறைத்துத் தங்களையே ஏமாற்றிக் கொண்டிருக்கிறார்கள் என்பது என் எண்ணம். அவ்வெண்ணத்தை அடியில் புதைத்தபடிதான் அவளுடன் நான் பேசினேன். எனக்கு முதலில் வேலை சொல்லிக் கொடுக்க அவள்தான் அமர்த்தப் பட்டிருந்தாள்.

'அக்கா' என்றுதான் முதன்முறை அவளைப் பார்த்தபோதே அழைக்கத் தோன்றியது. பிடித்து வளைத்தால் பட்டென உடைந்து போய் விடுமளவுக்கு நெடுநெடுவென மெலிந்திருப்பாள். புடைவையை விட சுடிதாரில் அவளுடைய 'மெலிவு' குறைவாகத் தெரியும். ஆனால் அந்த நச்சலான உடல்தான் அவளுக்கொரு கவர்ச்சியை அளிப்பதாக எண்ணிக் கொள்வேன். நான் வேலைக்குச் சேர்ந்தபோது எம்.எஸ்.எம். ஈக்கள் என்று அழைக்கப்படக்கூடிய சிறு குறு நிறுவனங்களுக்குக் கடன் வழங்குவதையே முக்கியத் தொழிலாக மாற்றிக் கொள்ளத் தொடங்கி இருந்தது எங்கள் நிறுவனம். கடனை வசூலிப்பதற்காகச் சுற்றுகிற வேலை எனக்கு. பெரும்பாலும் தோரணைகளை நம்பியே செயல்பட வேண்டிய பணி அது.

'மூணு டியூ பாக்கி.'

'சேல்ஸ் கம்மி தம்பி.'

'எப்ப கட்டுவீங்க?'

தலையைச் சொறிவார்கள்.

'லைசென்ஸ் காப்பி கொடுங்க. நாங்க முனிசிபாலிட்டில கேட்டுக்கிறோம்' என்பேன்.

தொழில் வளர்ச்சி பெரிதாக இல்லாத தஞ்சை போன்ற மாவட்டங்களில் இயல்பாகவே பணிவும் குழைவும் அதிகம். அவற்றைப் பொருட்படுத்தாத ஒருவனை அவர்களால் கையாள முடியாது என்பதை வேலைக்குச் சேர்ந்த சில நாட்களிலேயே கற்றுக் கொண்டேன்.

'நீங்க வீட்ல எத்தன பேரு தம்பி?'

'...'

'புள்ளைக்கு கல்யாணம் ஆயிடிச்சா?'

'…'

'சரக்கு சாப்பிடுவீங்களா பாஸ்?'

'…'

'சார் நாங்க லேடிஸ் இப்பதான் முன்னேறி வர்றோம்.'

'…'

'யு டு அன் யங்கஸ்டர். இப்படி கழுத்த பிடிச்சா எப்படி?'

'…'

எந்தக் கேள்வியும் என்னிடம் விளைவுகளை உருவாக்காது. உள்ளுக்குள் அதிகமாகப் பயப்படுகிறவன் நான். ஆனால் சலனமின்மை ஒரு வித நம்பிக்கையை எனக்குக் கொடுக்கத் தொடங்கியிருந்தது. எதிர் இருப்பவனை எவ்விதத்திலும் பொருட்படுத்தாத விழிகளைச் சூடிக் கொள்வது எனக்கு விரைவிலேயே சாத்தியமானது. முதல் ஆளாகச் சொல் எடுக்காமல் இருப்பது, சில வார்த்தைகளில் பதில் சொல்வது என ஒவ்வொரு நாளும் என்னை எது நோக்கியோ இழுத்துச் சென்று கொண்டிருந்தேன். வேலைக்காகச் சூடிய வேடத்தை என் சுபாவமாக மாற்றி நடிக்கத் தொடங்கினேன்.

அருணா அக்காவிடம் மட்டுமே சில நாட்கள் இயல்பாகப் பேச முடிந்தது. அவளுடைய சிரிப்பின் சாயமும் வெளுத்த வண்ணமே வந்தது. அவள் கணவன் சந்திரசேகர் என்னுடைய நெருங்கிய நண்பன். அவர்கள் மூன்று வயதான மகனும் என்னுடன் எப்படியோ ஒட்டிக்கொண்டு விட்டான்.

'நீ ஏன் என்னமோ மாறி பேசுறன்னு மூணு நாளா சந்திரா கேட்டுகிட்டே இருக்காரு. என்னாச்சு சக்தி?' என்றாள்.

எனக்கு மீண்டும் மனம் அதிர்ந்தடங்கியது. அவள் வாசலில் முட்டித் தோர்த்து கீழே விழ வைக்க விரும்புகிறாளா?

மிக ஆழமான பார்வைகளின் வழியே என்னுடன் உரையாடத் தொடங்கினாள். ஒருமுறை அவளிடம் 'நாளைக்கு வரமாட்டேங்கா' என்றேன் சாதாரணமாக.

'வரமாட்டியா' என்று ஆழ்ந்த குரலில் அவள் கேட்டதும் அடிவயிற்றிலிருந்து தொண்டை நோக்கி ஏதோவொன்று வந்து கவ்வியது. இருந்தும் ஒரு நொடி கூட மனம் அந்நிலையில் நீடிக்கவில்லை.

வழக்கத்தை விடச் சத்தமாக 'ஆமா' என்றேன். சட்டென வெட்டித் திரும்பி நடந்தாள். அதன்பின் வெகு நாட்களுக்கு என்னுடன் பேசவே இல்லை. மற்றவர்களை நோக்கி என் கவனத்தை திருப்ப நினைத்தபோதே நான் எவ்வளவு அந்நியனாக என்னை மாற்றிக் கொண்டிருக்கிறேன் எனப் புரிந்தது. அந்த அதீதத் தனிமையை மெல்லப் போக்கிக்கொள்ள நானே அவளிடமும் சந்திரசேகரிடமும் இழைந்தேன். அவ்வளவு கீழ்த்தரமாக என்னை அதுவரை உணர்ந்ததே இல்லை.

எனக்குச் சில பாவனைகள் தேவைப்பட்டன. இதுவரை என் வாழ்வில் எனக்கென பிரத்யேகமாக இழைக்கப்பட்ட அநீதி களையும் 'நான்' என்பதால், என் 'நேர்மையால்' தவறிப்போன வாய்ப்புகளையும் அவளிடமும் சில சமயங்களில் சந்திரசேகரிடமும் உருக்கமாக விளக்கினேன்.

அவளும் தன் அழகையும் மணத்தினால் தமக்கு நேர்ந்த 'வீழ்ச்சிகளையும்' பிள்ளையை வளர்ப்பதற்கான தன் 'தியாகங் களையும்' தன் கணவனின் 'போதாமைகளையும்' என்னிடம் அள்ளி வைத்தாள். அவள் கண்களில் நீர் துளிர்க்கும்போது சாக்கடையில் புரளும் ஒரு வெறித்தனமான சந்தோஷம் என்னுள் எழும். அவளுடைய 'துக்கங்களை' என்னுடையவற்றின் பரிணாம வளர்ச்சி என்று சொல்லலாம். மேலும் மேலும் துலக்கம் பெற்றது போல அவள் துக்கங்கள் பரிணாமம் கொண்டன.

முதலில் 'நான் ஏன் இப்படி இருக்கேன்னே எனக்கு தெரியல சக்தி. ஒவ்வொருத்தரையும் நம்புறேன். எல்லாரையும் எனக்கு பிடிக்குது. எனக்கு யார் என்ன கெட்டது செஞ்சாலும் அவங்க மேல எனக்கு கோபமே வரமாட்டது. நமக்குப் போய் இப்படி பண்ணிட்டாங்களேன்னு கூட நினைக்க தோணாது. அவங்க எனக்கு இத செய்யிற அளவுக்கு நான் அவங்களுக்கு என்ன பண்ணினேன்னுதான் யோசிப்பேன்' எனத் தன்னைத் தனிமைப் படுத்திக் கொள்வாள்.

'அது அப்படிதாங்க்கா' என நானும் ஒரு கதை சொல்வேன். அவள் சொன்னதை விடக் காரம் குறைவான, ஒத்துஊதும் வேலையை மட்டும் செய்யும் கதை.

பின்னர் மெல்லுணர்வுகளுக்குள் நுழைவாள்.

'நான் எய்த் படிக்கும்போ அபிலாஷ்னு ஒரு பையன் என் க்ளாஸ்ல ஜாயிண்ட் பண்ணினான். எங்க ஸ்கூல்ல அப்ப

அருணான்னா தெரியாதவங்க கிடையாது. பாட்டு டான்ஸ்ன்னு எல்லாத்துலயும் பர்ஸ்ட்ங்கிறதால என் மேல அப்படி ஒரு கிரேஸ். அபி என்ன திருட்டுத்தனமா திரும்பித் திரும்பி பார்ப்பான். நான் ஒரு நாள் நேர்ல போய் 'என்னடா'ன்னு கேட்டுட்டேன். புள்ளைக்கு மறுநாள் காய்ச்சல் வந்திடுச்சு. அதுக்கப்புறம்தான் அவனை எனக்கும் பிடிச்சிருக்குன்னு தெரிஞ்சது. நான் ஏஜ் அட்டெண்ட் பண்ணினதும் அப்பதான். எனக்கு அப்பவெல்லாம் எரிச்சலா இருக்கும். எதப் பாத்தாலும் பயமும் கோபமும்தான். யாரோ என்ன திடீர்னு கட்டி போட்டுட்டாப்போல. ஆனா அபிலாஷ நினைச்சா மட்டும் ஒரு மாதிரி வெயிட்லெஸ்ஸா ஃபீல் பண்ணுவேன்' என என்னைப் பார்த்துச் சிரிப்பாள். நானும் முகத்தைப் போதிய மட்டும் ஆர்வம் நிறைந்ததாக வைத்துக் கொள்வேன்.

'கொஞ்ச நாள் கழிச்சுதான் நான் ஸ்கூல் போற வழிலதான் அவங்க வீடுன்னு தெரிஞ்சது. அதுவும் அவன் நான் கிராஸ் பண்ணும் போதெல்லாம் பெல்லடிப்பான் அதனால. அவங்க வீட்டு ஆப்போசிட்ல ஒரு மஞ்ச அரளி மரம் நிக்கும். மழை பெஞ்சிருந்தா அதுல தண்ணி சொட்டி நிக்கிறது பாக்க அவ்ளோ அழகா இருக்கும். இப்ப கூட அந்த மரம் கண்ணுக்குள்ள நிக்குது. நீ இதெல்லாம் நம்ப மாட்ட சக்தி. ஆனா உண்மை. ஒரு வருஷம் கழிச்சு அந்த மரத்தை ஒரு நாள் வெட்டிப் போட்டுருந்தாங்க. அன்னிலேர்ந்து அபி ஸ்கூலுக்கு வரல. கொஞ்ச நாள்ல ஏதோ ஃபீவர்ல இறந்துட்டான்' எனச் சொல்லி என்னைத் தன்னம்பிக்கையுடன் பார்ப்பாள்.

நானும் ஏதோ நாவலில் படித்த வரி நினைவில் வர 'அக்கா, இப்படி சொல்றேன்னு கோச்சுக்காத. நம்மளோட மனம் முழுசா திமிறி எந்திரிச்சு நிக்கிற வயசுல நமக்குப் பிடிச்ச ஒருத்தர் செத்துப் போறது கூட நல்லதுதான். நீயே யோசிச்சுப் பாரு, ஒருத்தன் மிஞ்சிப் போனா எத்தனை நாளைக்கு உயிரோட இருந்திட முடியும். அதுவும் எவ்வளவு நாள் யங்கா இருந்திட முடியும். ஆனா அபிலாஷ உனக்கு இருபத்தெட்டு வயசாகியும் இன்னும் பதிமூணு வயசுலேயே இருக்கான். அவனை நினைக்கும்போது நீயும் அந்த வயசுக்கு போயிடறேல்ல. அதுதான் முக்கியம். எல்லோரும் நம்மகூட எப்பவுமே இருந்திட்டு இருப்பாங்களா. நம்ம நினைப்புலதான் இருக்காங்க. அத நினைச்சிக்கக்கா' என்பேன். மனம் உண்மையென எதை நம்பினாலும் அதில் திளைப்பதற்கு அதனால் முடிகிறது என்பது சோர்வேற்படுத்தவே

செய்கிறது. அதனால்தான் பல்லாயிரம் கோடி உயிர்கள் கட்டி உருவாக்கிய சமூகத்தை புனித லட்சியம் எனச் சொல்லி வெறி பிடித்தாற்போல் பேசுகிறவர்களால் குலைத்துப் போட முடிகிறது போல. அருணாவும் நானும் பரஸ்பரம் எங்களைக் குலைத்துக் கொண்டோம்.

பெரும்பாலும் சந்திரசேகரை என்னிடம் விட்டுக் கொடுக்க மாட்டாள். ஆனால் உறவின்போது முன்பெல்லாம் சந்திரசேகர் அவளைக் கொச்சை வார்த்தைகளில் திட்டுவானாம். அவளும் அவனை அந்நேரங்களில் அப்படித் திட்டுவதே வழக்கமே. இப்போது அப்படித் திட்டினால் அவனுக்குக் கோபம்வந்து விடுகிறதாம். மேலும் அடிக்கவும் செய்கிறானாம். சுடிதாரை விலக்கி அவன் ஆழமாக அவளைக் கடித்த தடயத்தை என்னிடம் காண்பித்தாள். கழுத்தெலும்புக்கு கீழே கன்றிப் போயிருந்தது. எனக்கு அப்படி ஒன்றும் மனம் வருத்தத்தில் தோய்ந்து விடவில்லை. உண்மையான வருத்தம் இல்லாததனால் வருத்தத்தைச் சிறப்பாக நடிக்க முடிந்தது. அதாவது 'எனக்கு இப்போதிருக்கும் கோபத்தில் அவனை அடித்துப் புடைத்து விடுவேன். ஆனால் அவன் என் சகோதரியின் கணவன். மேலும் இது அவர்களின் மிக அந்தரங்கமான பிரச்சினை என்பதால் ஒன்றும் செய்ய இயலா என் நிலையை நினைத்து நான் வெட்குகிறேன்' என்பதை உணர்த்தும் ஒரு முகபாவம்.

விரல் சுண்டினால் அறை ஒளிர்வது போல என் முகம் சுண்டியது அவளை ஒளிரச் செய்தது. துயர்கொண்டு அழுவதற்கு முந்தைய கணம் உதடுகள் துடித்துக் கண்கள் கலங்கி முகத்தசைகள் இழுபடுவதைவிடக் கவர்ச்சியான தோற்றம் பெண்ணுக்கு வாய்த்துவிட முடியாது. அத்தனை அழகுடன் என் தோளில் சாய்ந்து கொண்டாள். என் கை எங்கே படுகிறதன அவள் மனம் கவனித்துக் கொண்டிருக்கும். மெல்ல அவள் இடக்கையை சுடிதார் மூடியிருக்கும் பகுதியில் தொட்டு என்னை விடுவித்துக் கொண்டேன். கடுமையான ஏமாற்ற உணர்வு ஏற்பட்டது. மூச்சை அடக்கிக் கொண்டேன்.

'சாரி சக்தி' என்றாள்.

'இத எங்கிட்ட சொல்லி...' என இழுத்தேன்.

சட்டென நிமிர்ந்து நோக்கினாள். புண்பட்டிருந்தாள்.

'இனி சொல்லல. மன்னிச்சுடுங்க' என்றாள். எப்படி இவ்வளவு இறுக்கத்தை ஒரு நொடியில் உருவாக்கிக் கொண்டாள் என்றிருந்தது எனக்கு. பிறர் என்ன செய்வார்கள் என்பது குறித்து ஒரு தோராய கணிப்பு நம்மிடம் இருக்கவே செய்கிறது. நாம் நடந்து கொள்வதற்குப் பதிலீடாகவே இந்தச் சமூகம் நம்மிடம் நடந்து கொள்கிறது என்ற நம்பிக்கை சிறு வயதில் எப்படியோ அளிக்கப்பட்டு விடுகிறது. அப்போதிருந்தே நம் பேச்சும் செயலும் என்ன எதிர்வினைகளை உருவாக்குகிறது என்பதைக் கண்காணிக்கத் தொடங்கி விடுகிறோம். புதிய இடங்களில் அந்தக் கணிப்புக்குச் சாத்தியமில்லை என்பதால் ஒரு பதற்றம் இருக்கும். ஆனால் நன்கு பழகியவர்கள் தங்களுடைய பதிலீடுகளை மாற்றிக் கொள்ளும் போது ஆழ்ந்த அதிர்ச்சிக்கு உள்ளாக நேரிடுகிறது. அருணாவும் அப்படித்தான் மாறிப்போனாள். அவளுடைய வார்த்தைகளில், புன்னகையில், அழைக்கும் முறையில் என எதிலுமே மாற்றமில்லை. ஆனால் ஒன்று இல்லாமலாகிவிட்டது. என்னுடைய அத்தனை தோல்களையும் ஒவ்வொன்றாக உரித்து உரித்து அவள் முன்னே சென்று நின்றேன். ஏன் அப்படி நிற்கிறேன் என ஒரு பக்கம் கூசியது. இன்னொருபக்கம் அவள் எனக்கு எவ்வளவு தேவை என்றும் உணர்த்தியது. சந்திரசேகரிடமும் அதிக நேரம் உரையாடினேன். அவனும் அடிக்கடி வெளியூர் சென்று விடுகிறான்.

முலைகளில் வேம்பு தடவிய அன்னையென அவள் என்னை விலக்கினாள்.

'அருணாக்கா.'

'அருணான்னே கூப்பிடு.'

'சந்திரா எங்க? பார்க்க முடியல.'

'திருவனந்தபுரம் போயிருக்காரு.'

'பையன இந்த வருஷம் ஸ்கூல்ல சேக்கணுமில்ல?'

'சேத்தாச்சு.'

'எங்க?'

'வடிவேல் வள்ளில.'

இப்படியே வெட்டி முறிப்பதாகவே அவள் பேச்சு இருந்தது.

எதை முட்டித் திறக்க விரும்புகிறேன் என்பது எனக்கே புரியவில்லை. உண்மையான ஒரு துளி உருக்கம் அவளை

இளக்கிவிடும். ஆனால் அந்தத் துக்கத்தை என்னால் உருவாக்க முடியவில்லை. உருவாக்கித்தான் என்ன ஆகப்போகிறது. ஏனோ அவள் எனக்குத் தேவைப்பட்டாள்.

மொத்த நம்பிக்கையும் இழந்திருந்த ஒரு நாளில் 'சத்தி உடம்புக்கு எதுனா பண்ணுதா?' என்றவாறே என் பின்னே நின்றிருந்தாள். நான் தேம்பத் தொடங்கினேன். அவளுக்கென உருவாக்கி வைக்கப்பட்டிருந்த என் பிம்பம் உயிர்கொண்டது. அந்தப் பிம்பத்தின் தனிமையும் தோல்விகளும் தியாகங்களும் என் நினைவில் எழுந்தன. எதிரே இருந்த ஆடியில் என் முகம் அழுது கொண்டிருப்பதைப் பார்த்தேன்.

ஒரு நொடி அவள் விழிகளும் துளிர்த்தன. வென்ற ஒரு எழுச்சி மனதில் ஓடியது.

'இப்ப என்ன ஆச்சுன்னு அழற. அதெல்லாம் ஒன்னுமில்ல. சும்மா போட்டு குழப்பிக்காத' என்றாள். எனக்கு முழு வெற்றியை அளிக்க அவள் விரும்பவில்லை.

நானும் ஏதோவொரு வகையில் அவள் அந்தரங்கத்தைக் கேட்டு அவளுக்கு ஆறுதல் சொல்பவனாக என்னை மாற்றிக் கொள்ள முயன்று கொண்டிருந்தேன். அவளும் நெருங்குவதும் விலகுவது மாக தத்தளித்தாள். சந்திரசேகர் இல்லாதது அவள் பக்க ஆட்டத்தை முழுமையாக அவள் கையில் ஒப்படைத்தது.

அவள் மகன் என்னுடன் நன்றாகவே நெருங்கியிருந்தான். பாண்டவனூரில் இருந்த எங்கள் பழைய வீட்டுக்கு அவனை அழைத்துக்கொண்டு போய் சாப்பிட வைத்து தூங்கப் பண்ணிய பின் மாலையில் அலுவலகம் வந்தேன்.

'எங்க போயிருந்த?' என்றாள்.

'உன் பையனோட எங்க ஊருக்கு.'

'அவன் எங்க ?வீட்ல விட்டுட்டியா?'

'இல்ல. ஊர்ல இருக்கிற வீட்டில் சாப்பாடு கொடுத்து தூங்க வெச்சிட்டு வந்துருக்கேன்.'

முதலில் நான் விளையாடுகிறேன் என்றே எண்ணியிருந்தாள்.

'நீதான் வந்து கூட்டிட்டுப் போகணும்' என்றேன்.

அந்த உறுதி ஏன் என எனக்கு நன்றாகவேத் தெரியும். அவளிடம் மனம் விட்டுப் பேசுவதற்கு, அழுவதற்கு, மன்னிப்புக்

கேட்பதெற்கு என எப்படியெல்லாமோ என்னை மறைத்துக் கொள்ள முனைந்தேன். அத்தனை நிகழ்தகவுகளையும் என் மனம் துல்லியமாகக் கணித்திருந்தது. ஆனால் அவள் முகத்தில் ஒரு சலிப்புதான் தெரிந்தது. அடிக்கடி சட்டையை அழுக்காக்கிக் கொள்ளும் அல்லது எங்காவது அடிபட்டுக்கொண்டு வந்து நிற்கும் மைந்தனைப் பார்க்கும் சலிப்பு.

அந்த அரை மணி நேரப் பேருந்துப் பயணம் வெகு நேரம் நீடித்ததாகப் பட்டது. ஊர் அடங்கி இருந்தது. இல்லையெனினும் என் வீடு யார் பார்வையிலும் படாத ஒதுக்குப்புறத்தில்தான் இருந்தது. வீட்டிற்குப் போவதற்குள் நான் தளர்ந்து விட்டிருந்தேன். பையன் தூங்கிக்கொண்டுதான் இருந்தான். வெளிச்ச மாறுபாடு அவனை எழுப்பிவிட்டது. அருணாவைப் பார்த்ததும் சத்தமாக அழத் தொடங்கினான். அவனைச் சமாதானம் செய்து உள்ளறையில் உறங்க வைத்த பின் என் எதிரே வந்தாள். நான் தளர்ந்து போயிருந்தேன். அப்படியே கீழே விழுந்து அழத் தொடங்கினேன். அவள் என்னைத் தூக்கி அணைத்துக் கொண்டாள். ஒரு கணம் நான் விலக நினைத்தபோது அவள் பிடி இறுகியது அல்லது நான் அப்படிக் கற்பனை செய்து கொண்டேன். அன்றைய தினத்திற்காக நான் என்னை மன்னித்துக் கொள்ள முடியாது. மன்னிக்க முடியாதவற்றை மறப்பதற்கு ஒரே வழி அதனை அப்படியே திரும்பச் செய்வதுதான்.

நீர்ப் பூச்சிகளும் துளிர் இலைகளும் செழும் பச்சை நீரில் மென்வட்டங்கள் இட்டுக் கொண்டிருக்கின்றன. காலடித் தடம் கேட்டதும் சடசடத்துப் பறக்கின்றன மடையான்களும் கொக்குகளும். குழைந்த சேற்றில் சத்சத்தென விழுகிறது மண் வெட்டி. பள்ளத்தில் சரிந்திறங்குகிறது சலசலக்கும் வாய்க்கால். காற்றுக்கு அடர்த்தியாகத் தலையசைக்கின்றன குறுகிய சாலை யோரம் வேலியிடப்பட்டு நெருக்கி வளர்க்கப்பட்டிருக்கும் நாற்றங் கால்கள். வயல் நீரில் வெடவெடத்துக்குக் கொண்டிருக்கும் பசுமஞ்சள் கதிர்க் கட்டுகள், அடிக்கும் காற்றுக்கு அடிவயிற்றில் பிரதிபலிக்கும் வானத்தை காட்டிக்கொடுத்துப் பல் இளிக்கின்றன. தூரம் விரிய விரிய பச்சை அடர்ந்துகொண்டே செல்கிறது. கோளத்தின் உட்புற எல்லைகளில் இஷ்டத்திற்குப் பச்சை அள்ளி ஊற்றியது போல தொடுவான் எல்லைகள் பச்சையில் அசைகின்றன. அனைத்தையும் போர்த்தி மென்மையாக அணைத்தது போல இளச்சூட்டுடன் பெய்கிறது பனி.

வற்றா நீர்முலைகள் ஓடுகின்றன நதிகளாய்
வணங்கா நிமிர்தலைகள் எழுகின்றன மலைகளாய்
தேவி என்னோடு கண் திறப்பவளே
எனக்கென முலை சுரப்பவளே
எதிலும் அழகென உன்னைக் காட்டி நிற்பவளே
கோரமென கொலை விழிகளுடன் எழுபவளே

உன் உலரா மடியில் எச்சில் ஒழுக அழும் இன்னொரு குழந்தை நான்
எனக்கென நெகிழுமா நெகிழ்ந்து நெகிழ்ந்துஇறுகிய உன் உடற்குருதி
என்னை அள்ளித் தூக்குமா உன் இருட்கரங்கள்
எங்கும் முழுமையாய் நிறைபவளே
எத்தனை சிதைத்தாலும் எஞ்சுவது முழுமையே என நிற்பவளே
உன்னை வென்று வென்று அறிந்ததுஉன்னை வெல்ல
          முடியாதென்பதையே
உன் முழுமையின் துளிச்சொட்டி முழுமையென முன் நிற்கிறாள்
          பெண்
விழியென நகைத்து முலையென இடையென ஈர்த்து மடியென
          புரப்பவளே
கால் வளைந்து உடல் சூம்பி முலை வற்றி முகம் சுருங்கி நிற்பவள்
          ஓரழகு
உடல் நிமிர்ந்து விழி சரிந்து தோள் நிமிர்த்தெழுபவள் மற்றோரழகு
குறையென ஏதுமுண்டோ பெண்ணில்
முழுமை முழுமை முழுமை முழுமையென ஏங்குகிறதடி நெஞ்சு
இல்லாததன் ஏக்கமா
அருகிருப்பதன் அச்சமா
குறையாதவளே குறுகாதவளே
பெண் மட்டுமல்ல அதுவென பாவனிப்பவதும் பேரழகே
அழகனைத்தும் அவளே
அவளென ஆனதனைத்தும் அழகே
சீழ் ஒழுகி உடல் கிழிந்து தோல் சுருங்கி பற்களின்றி சிரிப்பவளே
முகம் பொலிய உடல் ஓசிய முலை நிமிர விரைவடியில் நடப்பவளே
போடி
எங்கும் இப்படி நிறைந்தால் எதையள்ள எதைச்சொல்ல எதைத் தள்ள
எண்ணி எழுந்து ஏங்கிச் சாகடா என் செல்லமே என்றென்னை எழுதி
          அனுப்பினாயா?
பழிகாரி
நீ நின்ற நிலத்தில் நிற்பதற்கும் கூசுகிறேன்
உன் முகத்தை நோக்கவும் வெட்குகிறேன்
அகன்று செல்லடி நீச சிறுக்கி
எங்ககல்வாய் நீ
எங்கும் நிறைந்து தொலைந்தவளே
நான் அகல்கிறேன்

இத்தனைக்கு பின்னும் எதற்கிந்த புன்னகை?
கனிந்தவள் நீ என காண்பிக்க நினைக்கிறாயா?
கள்ளச் சிறுக்கி
நீ அழுவதும் அழகுதானடி
அகன்ற துயரை அணைத்துப் பிடித்து அழ முயல்கிறாய்
துளையில் வெளியேறும் நதியென பீறிட்டெழுகிறது உன் பூஞ்சிரிப்பு
மடச் சிறுக்கி
முழுதாய் அழக்கூட அறியமட்டாயா நீ?
நீ என்ன செய்கிறாய் என எண்ணி முடிப்பதற்குள் மாறிவிடுகிறாய்
மாறுவதே நீயா?
உன் மாற்றத்தை பிரதிபலிக்கும் கண்ணாடியா நான் உனக்கு?
சரியாய் நிரம்பிய இரு களங்கள்
நிரம்பியவை ஏன் இணைகின்றன?
இணைந்தெதை நிரப்புகின்றன?
நிரம்பி நிரம்பி
வடிந்து வடிந்து
திகைத்து திகைத்து
துடித்து துடித்து
நடித்து நடித்து
நெருங்கி நெருங்கி
விலகி விலகி
பயந்து பயந்து
துணிந்து துணிந்து
ஆடும் ஆடலா இது
நிறம்கொள்ள காத்து நிற்கிறது உலகு
விழிகொள்
உன் சுகந்தெத்திற்கென ஏங்கி நிற்கின்றன நாசிகள்
மணம் கொள்
நீ எழுந்து சென்ற பிறகு நீ உறங்கிய சேக்கையை தழுவிக்
        கிடக்கிறேன்
என் கண்ணீரில் உன் உடல் சிலிர்க்கையில்
எழுந்து கொள்

படபடவென்று வந்துவிட்டது குணாவுக்கு. வீட்டில் யார்
முகத்தையும் அவனால் நிமிர்ந்து பார்க்க முடியவில்லை.

பனிக்காலம் என்பதால் விடியலின் ஓசைகள் முழுமையான துல்லியத்துடன் செவிகளில் அறைந்தன. கொழகொழவென உமிழ்நீர் வாயை அடைத்திருந்தது. ஒரு வித சோர்வும் தனிமையும் மனதில் பரவியிருந்தன. கால் மூட்டுகளில் வலி. போர்வையை விலக்க மனமில்லை. நடந்திருக்கக் கூடாது என எண்ணிக் கொண்டிருப்பது வழக்கம் போல் நடந்து விட்டிருந்தது. யாருக்கும் தெரியாமல் கொள்ளப்புறம் ஓடினான். முத்தம்மா கிழவியின் மட்கிய புடவை வாடை வீசியது. நாளை முதல் அவளிடம் கதை கேட்கக்கூடாது எனத் தீர்மானம் செய்து கொண்டான். மேலும் அவன் ஊரில் சில வாரங்களாகக் கேட்கும் சக்தி உபாசனைப் பாடல்களையும் கேட்கக் கூடாது என்றொரு எண்ணம் குறுக்கே ஓடியது.

சக்தி பல் தேய்த்துக் கொண்டிருந்தான். அவன் ஒருமுறை கூடத் தவற மாட்டானா என்றிருந்தது குணாவுக்கு. பல் தேய்த்துக் கொண்டிருப்பவன் இன்னொரு கையில் ஏதோ கிறுக்கிக் கொண்டிருக்கிறான்.

அவனை எவ்வளவுதான் வியப்பது என குணாவுக்கு அங்கலாய்ப்பாக இருக்கும். அவன் போகிற போக்கில் சொல்கிற ஒரு பெயரைக் கூடத் தன்னால் உச்சரிக்க முடிவதில்லை என ஏங்குவான்.

'என்னடா ஸ்கூல் லீவ் போல?'

நேற்றிரவு பெய்த மழையால் விடுமுறை. மணி ஆறு கூட அடிக்கவில்லை. புதுச் செய்தி கூட வந்திருக்காது.எப்படி அறிகிறான்?

'அவன் எப்பம்மா வந்தான்?'

'ஒரு மணி இருக்குன்டா.'

'இன்னிக்கு ஜெயந்தி சித்தி வாறாங்களா?'

யமுனா கூட வருவாள். ஆனால் அவள் தன்னை இப்போதெல்லாம் அதிக அழுத்தத்துடன் 'அண்ணா அண்ணா' என அழைப்பதாகக் குணாவுக்குப் பட்டது. கூடவே இந்த அம்மா வேறு? அவளை அருகிலேயே நெருங்க விடுவதில்லை. பனி குறைந்து வானம் மீண்டும் இருளத் தொடங்கியது. வானத்தின் மையத்திலிருந்து யாரோ மேகத்தைக் கொட்டுவது போல

விளிம்புகள் நோக்கி மேகம் வழிந்து கொண்டிருந்தது. குணா பள்ளிக்கு ஓடினான். மூன்றாவது மாடி கட்டப்பட்டுக் கொண்டிருந்த பள்ளி அது. மேல் தளம் போடப்பட்டு சென்ட்ரிங் பலகைகள் அடிக்கப்பட்டிருந்தன. சவுக்கு மரத்தினால் கட்டப் பட்ட ஏணியின் வழியாக உச்சியில் ஏறிக்கொண்டான். வான விளிம்புகள் மட்டும் வெயில்பட்ட அலைநுரையென மின்னின. கொஞ்சம் கொஞ்சமாக வெளிச்சம் மங்கியபடியே வந்தது. அங்கேயே நின்று குதிக்க வேண்டும் போல் இருந்தது அவனுக்கு. கனமான முதல் துறல் சுள்ளென மேலே பட்டது. சூழலே குளிர்ந்திருந்தாலும் அந்தத் துளியின் குளிர்ச்சியை மட்டும் அவனால் தனியே உணர முடிந்தது.

சிமெண்ட் பாலின் மணம் நெடியுடன் வீசியது. மஞ்சள் சீருடை அணிந்த வாட்ச்மேனை குணா தேடத் தொடங்கினான். அந்தப் பள்ளிக் கட்ட வேலைக்காக அமர்த்தப்பட்டிருக்கும் வயதானவர். பொழுதணையும் வரை மாணவர்கள் மணலில் ஏறிச் சரித்து விடாமலும் இரும்புக் கம்பிகளிடம் நெருங்காமலும் காவலிருப்பார். இன்னதென்று சொல்ல முடியாத வசவுகளை தினம் கேட்க வேண்டி வரும். இருந்தும் அனைவருக்கும் அவரைப் பிடித்திருந்தது. தன்னை இப்போது அந்தத் தாத்தா பார்த்தால் என்ன சொல்லித் திட்டுவார் என குணா யோசித்தான்.

'ஏற்றதுக்கு எவளுமே கெடக்கலையா மைனருக்கு. இங்க எத ஊம்படா வந்த துக்கிரி.'

அவன் புன்னகைத்துக் கொண்டான். மழை வலுத்து வந்தது. குளிரில் உடல் வெடவெடக்கத் தொடங்கி இருந்தது. மழை ஓயும் வரை மொட்டை மாடியில் நின்றிருந்தான். கீழே இறங்கும்போது குளிரில் கைகள் மரத்துப் போயிருந்தால் ஏடாகூடமாகப் பிசகி சவுக்கு மர ஏணியிலிருந்து விழுந்தான். தரையும் பூசப்படாததால் நன்றாகவே சிராய்த்து விட்டது. சற்று தூரத்தில் வாட்ச்மேன் தூக்கில் தொங்கிக் கொண்டிருந்தார். மலமும் சிறுநீரும் இடுப்பிற்கு கீழே வழிந்து கொண்டிருந்தன. முதலில் என்ன வென்று புரியாமல் விழித்துப் பார்த்தான் குணா. ஒரே ஓட்டமாக வீட்டிற்குள் ஓடி வந்த பிறகே அவனுக்கு அங்கு நடந்திருப்பது புரியத் தொடங்கியது. தான் மழையில் நனைந்து நின்று கொண்டிருந்தபோது தன் காலுக்குக் கீழே ஒருவர் செத்துப் போனார் என்பதை அவனால் ஒத்துக்கொள்ளவே முடியவில்லை. இன்னும் கூட அவன் ஒத்துக் கொள்ளவில்லை.

அம்மா உள்ளே சென்றதும், 'ரகு, உண்மைலேயே அப்படி ஒருத்தர் இருந்தாரா?' என மகேந்திரன் முத்துசாமி ஆச்சரியத்துடன் என்னிடம் வினவினார்.

எனக்கு எரிச்சலாக இருந்தது. தம்பி இறந்த பிறகு இவற்றைப் பற்றிப் பேச மனம் எனக்கு ஒப்பவில்லை.

'அப்ப கதையில வர்ற குணா சுரேஷ்தான் இல்லையா?'

நான் சூடாக அவரை முறைத்தேன். அப்பார்வை அவருக்குச் சங்கடத்தை உருவாக்கியது.

'சாரி ரகு. சுரேஷ் இப்ப இல்லங்கறத என்னாலையும் ஏத்துக்க முடியல. ஏன் இப்படி டிசைட் பண்ணினான்?'

நான் எண்ணியிருந்த அளவிற்கு மகேந்திரன் முத்துசாமி நுண்ணுணர்வு உடையவர் கிடையாது என எண்ணிக் கொண்டேன்.

'என் தம்பியின் முடிவை நான் எல்லா வகையிலும் மதிக்கிறேன். என்றுமே அவன் யாருக்கும் புரியாதவனாகவே இருந்திருக் கிறான். எனக்குத் தெரியாத அவன் இறப்பின் காரணத்தை உன்னிடம் விளக்கத் தொடங்கினால் இன்னும் என்னுள் பழுக்காத அவன் நினைவுகளை வலுக்கட்டாயமாக வெட்டி எறிவதற்குச் சமம்' என்று சொல்ல நினைத்தேன். வார்த்தைகள் தொண்டையில் சிக்கி இருந்தன. ஒன்றும் சொல்லாமல் அவரை வெறித்துப் பார்த்துக் கொண்டிருந்தேன். மகேந்திரன் முகத்தில் தாங்கிக்

கொள்ள முடியாத ஒரு தர்மசங்கடம் உருவாவதை என்னால் காண முடிந்தது.

விடை கொடுப்பதற்காக நானே அவரைத் துரிதப்படுத்தினேன்.

'மறுபடியும் எப்ப சார் இந்தியா வருவீங்க?'

புண்படுகிறார் எனத் தெரிந்தது. இருந்தும் வேறு வகையில் அவரிடம் பேசுவதற்கான இங்கிதம் என்னிடம் இல்லை. என் தம்பியின் எழுத்துக்களை வாசித்த சிலரில் ஒருவர் சொந்த ஊரில் இருந்து நானூறு கிலோமீட்டர் கடந்து விசாரிக்க வந்திருக்கிறார் என்றெல்லாம் எண்ணி நெகிழ்வினை உருவாக்க முயன்றேன். ஏனோ என் மனதில் கனிவு சுத்தமாக எழவில்லை. அம்மாவிடம் சொல்லலாம். அவள் இன்னும் குலைந்து போய்விடுவாள். மகேந்திரன் எழுந்து கொண்டார். என் மனதில் ஒரு பெரும் நிம்மதி பரவியது.

8

அம்சவள்ளி விடிவதற்கு வெகு நேரம் முன்னே எழுந்து விடுவாள். கோழிப் பெட்டியைத் தட்டி சேவலைத் திடுக்கிட வைப்பது அவளுடைய விருப்பமான பொழுதுபோக்கு. மூன்று வாரங்களுக்கு முன்பு புதிதாக வீட்டில் 'கரண்ட்' இழுத்திருந்தார்கள். கோழிப்பெட்டியின் அறையில் ஒரு 'குண்டு பல்பு' கட்டாயம் போட்டே ஆக வேண்டுமென அடம்பிடிக்கத் தொடங்கி விட்டாள்.

'ஈன முண்ட. அடத்துல அப்பன மிஞ்சிடுது' என்று தலையில் அடித்தவாறே பார்வதி ஆத்தா அவள் கணவரிடம் சம்மதம் பெற்றாள். அம்சவள்ளியை அவள் தாத்தா என்பவர்கள் ஊரில் அதிகம். அம்சவள்ளியின் ஆத்தா மட்டும்தான் அவளை அப்பன் போல என்பாள். பார்வதியும் பெரியண்ணனும் பேசிப் பல வருடங்கள் ஆகின்றன. அம்சவள்ளிதான் இருவருக்கும் அஞ்சல் போக்குவரத்து. அதனாலோ என்னவோ அம்சாவிடமும் ஒரு பெரிய மனிதத்தன்மை வெளிப்படும். பெரிய குறட்டையுடன் மல்லாந்து உறங்கும் பெரியண்ணனை 'ஏலி இன்னும் என்ன தூக்கம் வேண்டி கெடக்கு. எந்திரிச்சு சோலிய பாரு' என்று மார்பில் அடித்து எழுப்புவாள்.

சப்புக் கொட்டியபடியே உறுமலுடன் எழுவார் பெரியண்ணன். அறுவடைக் காலங்களில் வேலைக்கு வருபவர்களுக்கு விடிந்த உடனே 'டீ பச்சனம்' கொடுப்பதற்காக அம்சாவின் அப்பா

செல்லையன் தொடங்கிய ஒரு கடை பட்டுக்கோட்டை செல்லும் சாலையை ஒட்டி இருந்தது. வீட்டிலிருந்து ஒரு கிலோமீட்டர் தூரத்தில் இருக்கும் அந்தக் கடைக்குச் செல்வதற்குள் பெரியண்ணன் அம்சாவிடம் பல கதைகளைச் சொல்லிவிடுவார். பெரும்பாலும் சொன்ன கதைகளையே திரும்பத் திரும்ப சொல்வார் எனினும் அவருடைய பெரிய கைகளுக்குள்ளும் விரிந்த தோளிலும் அமர்ந்து கார்வையான அந்தக் குரலின் ஒரு வார்த்தையை மட்டும் ஒருநாள் முழுவதும் கேட்டமர்ந்திருக்கவும் அவளுக்கு விருப்பமே.

அவர் சொல்லும் எல்லாக் கதைகளிலும் நாணலூர் இடம் பெறாமல் இருக்காது. அப்பெயர் சொல்லும் போதெல்லாம் அவரிடம் ஒரு செறுமல் வெளிப்படவும் செய்யும்.

'தூண்டிகாரா' எனச் சொல்லி செறுமலை அடக்கியபடித் தொடர்வார்.

'ராஜோபாலுத் தேவரு இல்லாட்டி நாம தழைச்சிருக்க முடியாது குட்டி. எழுநூறு கறவபசு வெச்சிருந்தாவ' என்று சொல்லும் போது மட்டும் அம்சவள்ளி தாத்தாவின் ஒரு குரலில் ஒரு பணிவேறுவதை உணர்வாள். அப்பணிவு அவளுள் ஒரு விலக்கத்தை ஏற்படுத்தும்.

பெரியண்ணன் நாணலூரை விட்டு வந்த ஐந்து நாட்கள் வரை எதுவுமே பேசவில்லை. சில இரவுகளில் தனியே கிடந்து விசும்புவான். மிகப்பெரிய உடல் கொண்டவன் உடல் குலுங்க அழுவதைப் பார்க்க சகிக்காது. தன் உடலால் அவனை நிறைத்து விட விழைபவள் போல பார்வதி அவனைத் தன்னுடன் இணைத்துக் கொள்வாள். ஐந்தாம் நாள் வெறியெழுந்தவன் போல நடந்தான். முதலில் சில அடிகள் வேகமாக எடுத்து வைத்து அவனைப் பின்தொடர வேண்டியிருந்தது. வெயில் ஏற ஏற அவன் முகத்தில் ஒரு பைத்தியச் சிரிப்பு குடியேறியது. மூன்று நாட்களாக பசலைக் கீரை கூடக் கண்ணில் படவில்லை. பெரியண்ணன் குளத்து நீர் கூட அருந்தவில்லை. அவன் கண்ணுக்கு தெரியாமல் ஆனபோது அனைவருமே உந்தப்பட்டனர். இனி நாணலூரில் பிழைக்க முடியாது என்று தெரிந்தபோது எஞ்சியிருந்த எழுபது பள்ளர்களும் ஒன்றாகப் புறப்பட்டனர். முப்பது பேர் ஏற்கெனவே இறந்து போயிருந்தனர். பெரியண்ணனின் முகத்தில் தெரிந்த பைத்தியக் கலையைக் கண்டதும் அவனும் செத்துவிடுவான் என்றுதான் அனைவரும் எண்ணி இருந்தனர். இறப்பினை எண்ணி

அழுவது போன்ற பாவனைகளை அவர்கள் வெகு நாட்களுக்கு முன்பே கைவிட்டிருந்தனர். பெரியண்ணன் அவர்களை வழிநடத்திச் சென்றதால் அவன் இறப்பதை நினைத்து அனைவரும் பயந்தனர். அந்தப் பயத்தை பெருந்துயராக நடித்தனர் அவர்களே அறியாமல்.

தூரத்தில் நாயின் ஓலம் போல பெரியண்ணன் அலறும் சத்தம் கேட்டது. மனதில் ஆர்வம் உந்த சட்டெனப் பற்றிக் கொண்டவர்கள் போல விரைவாக நடந்தனர். பெரியண்ணன் ஒரு சிறிய அம்மன் சிலைப் பதிட்டையின் முன் தலையில் குருதி வழிய மயங்கிக் கிடந்தான். தலை குறுகாத சில பனைகள் அம்மன் சிலை பதிட்டையைச் சுற்றி நின்றன. சில பனம்பழங்களும் உள் மஞ்சள் தெரிய பதிட்டையைச் சுற்றி கிடந்தன.

அதுவரை ஒருவித இறுக்கத்துடன் சொல்லும் பெரியண்ணன் அதன்பிறகு நடந்தவற்றைப் பரவசத்துடன் சொல்லத் தொடங்குவார். ராஜகோபாலத் தேவர் வீட்டில் மாடு மேய்த்தது, தன் திறன் கண்டு தேவர் மொத்த கிடையையும் தன் பொறுப்பில் விட்டது, அவர் இறந்தபோது அவர் மகனிடம் சாட்டையால் அடிவாங்கியது, மனம் பொறுக்காமல் பார்வதியிடம் புலம்பியது, அவள் சேமிப்பில் இருந்தும் தன் திறனாலும் பத்து வேலி நிலத்திற்குச் சொந்தக்காரன் ஆனது என நீட்டிக்கொண்டே செல்வார். பெரியண்ணனுக்கு ஐந்து மகன்கள். அம்சவள்ளியின் அப்பாதான் கடைசிப் பையன். அம்சவள்ளி அவருடைய கடைசி வாரிசு. செல்லையனின் டீக்கடையைப் பார்க்கும் போது பெரியண்ணன் முகம் மாறிவிடும்.

'ஓப்பன் வெள்ளன கோழிக்கு டீயாத்துறானா?' என்பது போல் ஏதாவது சொல்வார்.

'நீரு என்னத்துக்கு இப்ப அப்பாரா இழுக்கிறிய. நான் ஏதாவது உங்கப்பன பத்தி பேசுறனா?' என பெரியண்ணனை சட்டென நாணலூர் நோக்கித் தள்ளுவாள். அது பெரியண்ணனைப் புண்படுத்தும் என அவளுக்கு நன்றாகவேத் தெரியும். இருந்தும் செல்லையனைத் தப்புவிக்க அவளிடம் வேறு வழி இருக்காது. கிழவனை அசங்க வைப்பது நாணலூர் நினைவு மட்டும்தான். வாய்க்காலில் போட்டிருந்த பரியில் கெளுத்தியும் ஆராவும் விளாங்குமாக நிறைய மீன்கள் மாட்டியிருந்தன. நறுவையும் கென்டையும் இரவில் வைக்கப்படும் பரிகளிலும் ஆற்றுத் துவாரத்தை விட தள்ளியிருக்கும் பரிகளிலும் பெரிதாக

அகப்படுவதில்லை. கொண்டு வந்திருந்த இரு ஈயப்பானைகளில் பெரியண்ணன் மீன்களை நிறைத்துத் தூக்கிக் கொண்டார். விடியலின் ஒலிகள் கேட்கத் தொடங்கியிருந்தன. செல்லையன் கடையில் டீ ஆத்தும் சத்தம் கூட பெரியண்ணனின் முகத்தில் வெறுப்பை உருவாக்குவதை அம்சவள்ளி உணர்ந்தாள். உடனடியாகத் தாத்தாவை ஏதாவது சொல்லவேண்டும் போலிருந்தது.

'பெரியவனே.'

'என்னடி?'

'தூக்கு.'

'ராசாத்திய தூக்கணுமாக்கும். அப்ப ஈய பானைய நீ தூக்குறியா' என்றவாறே நின்றார்.

'நீ அப்பிடியே உட்காரு. நான் ஏறிக்கிறேன்.'

பெரியண்ணன் உட்காரும் போது அவர் முகத்தில் வெறுப்பு மறைந்திருந்தது. ஊருக்குள் நுழைந்த போது இராமநாதபுரத்திலிருந்து அறுப்புக்கு வந்திருந்தவர்கள் அவர்களுக்குத் தங்கக் கொடுக்கப்பட்டிருந்த ஓலைச் சாய்ப்புகளுக்கு வெளியே அடுப்புக் கூட்டிச் சோறு பொங்கிக் கொண்டிருந்தனர். காய்கறி வெட்டிக் கொண்டிருந்த சில முதிய பெண்கள் எழுந்து பெரியண்ணனை வணங்கினர். வழக்கம் போல் வணக்கத்தை ஏற்காமல் வீட்டினுள் நுழைந்தார்.

'கறி கூட்டெல்லாம் மணக்குது போல. செல்லையா கொடுத்தானாமா?' என்று பார்வதியை நோக்கித் திரும்பாமல் கேட்டார்.

'குடுத்தா என்னவாம். அவன் என்னளரவச் சோறா திங்கிறான்.'

அப்பாவுக்காக பார்வதி பரிந்து பேசுவது அம்சவள்ளிக்கு பிடிக்காது. மேலும் அங்கு நிற்கப் பிடிக்காமல் கடை நோக்கி ஓடினாள். செல்லையாவிற்கு நான்கு அண்ணன்கள். மூன்றாமாவின் கடைசி மகனுக்கு அம்சவள்ளியின் வயதுதான். செல்லையாவின் முன் பவ்யமாக அமர்ந்து பொட்டலம் தின்று கொண்டிருந்தான். அம்சவள்ளி கல்லாவிற்கு வந்ததும் செல்லையா வெளியே சென்றார்.

'கடகார ஆயா. யாவாரெல்லாம் எப்படி நடக்குது' என்றான்.

'டேய் பான வயிறு. ஆயா கீயான்ன பல்ல தட்டி கையில கொடுத்துவேன். பேசாம கொட்டிகிட்டு ஓடிப் போயிடு.' அம்சவள்ளி ஏற்கெனவே ஒரு இரும்புத் துண்டை அடுப்பில் வைத்திருந்தாள். சத்தமாகவும் நீட்டி முழக்கமாலும்தான் அம்சவள்ளி பேசுவாள். அக்குரல் கேசவனுக்கு பழகியதுதான் என்றாலும் கடையில் கூட்டம் சேரத் தொடங்கிய அந்நேரம் அவள் அப்படிப் பேசியது அவன் ஆண்மையைச் சீண்டிவிட்டது.

'டீக்கடக்காரன் மொவளுக்கு அப்படி என்ன ஏத்தங்கிறேன்' என ஊர் கிழவி ஒருத்தியின் தொணியில் கேட்டுவிட்டான். அவனுக்கு ஏன் அப்படிக் கேட்டோம் என்றெல்லாம் தெரியாது. அம்சவள்ளி முகம் சுண்டிப்போனாள். சிரித்துக் கொண்டே கேசவனை அம்சவள்ளி நெருங்கியபோது சிரித்துக் கொண்டிருந்த அவனிடம் 'யப்போ யப்போ' என வீறிடல் எழுந்தது. அன்று முதல் கேசவன் அம்சவள்ளியை சம வயதுடையவள் எனினும் அக்கா என்றுதான் அழைப்பான்.

சக்தி ஒடுக்கம் என்ற சிற்றிதழில் எழுதிய கட்டுரை.

எதிர்சாத்தியங்கள்

சில வருடங்களுக்கு முன்பு நம் நாட்டின் பெருநகரங்களில் மோசமான வெள்ளப் பெருக்கும் நிலநடுக்கங்களும் ஏற்பட்ட போது வேறுபாடுகள் கடந்த அன்பினையும் மக்களின் உதவும் குணத்தையும் நேரடியாகக் கண்டோம். அரசு சில நிர்வாகக் காரணங்களுக்காக மக்களுக்கு இடையூறு ஏற்படும் விதமாகச் சில நடவடிக்கைகளை எடுக்கும்போது சக மனிதனுக்குக் கை கொடுக்கும் வகையிலான கதைகளை நாம் கேட்டிருக்கிறோம்.

நாம் காண மறுக்கும் அல்லது கண்டாலும் விவாதிக்க மறுக்கும் இன்னொன்று உள்ளது. இயற்கைச் சீற்றங்களின்போது செயற்கையாகப் பல மடங்கு விலையேற்றம் பெரும் பொருட்கள். நிர்வாக நடவடிக்கைகளில் லாபம் காணும் இடைத்தரகர்கள். நம்மை நல்லவர்களாக மேம்பட்டவர்களாக நம்பிக் கொள்ள நாம் விரும்புகிறோம். நல்லவர்களாக நம்மை நம்பிக்கொண்ட பிறகே நமக்கான நியாங்களை எடுத்து அடுக்குகிறோம். சிந்தனைகளைக் கடை விரிக்கிறோம். நம்முடைய நல்ல முற்போக்கான தன்னலமற்ற சிந்தனைகளுக்கும் செயல் களுக்கும் விளையவிருக்கும் அல்லது விளைந்து கொண்டிருக்கும்

ஆபத்துகளைப் பற்றிக் கவலைப்படுகிறோம். நம்முடைய பரந்த சிந்தனையால் உருவாக்கூடிய ஒரு சமூகத்தைக் கனவு காண்கிறோம். உண்மை அப்படியா இருக்கிறது?

ஒரு தனி மனிதனாக நின்று சமூகத்தைப் பார்க்கையில் எனக்குள் சில அடிப்படைப் புரிதல்கள் உருவாகின்றன. சில சாத்தியப் பாடுகளும் தெரிகின்றன. அவற்றை எதிர்காலச் சாத்தியங் களாகவும் எதிர் சாத்தியங்களாகவும் முன் வைக்க முயல்கிறேன்.

சில வருடங்களுக்கு முன்பு முதியோர் விடுதிகளில் சேர்க்கப்படும் முதியோர்கள் குறித்து நம்முடைய சமூகம் அதீத கரிசனத்துடன் விவாதித்தது. இன்று பெரு நகரங்களில் அந்தச் சிக்கல் இல்லாமல் ஆகிக் கொண்டிருப்பதை உணர முடிகிறது. ஏனெனில் குழந்தை வளர்ப்பு என்பது இன்று நகரங்களில் தனியே செலவிட வேண்டிய ஒரு செயல்பாடாக மாறிவிட்டது. இருவர் வேலைக்குச் செல்லும் ஒரு வீட்டில் குழந்தைகளைக் கவனித்துக் கொள்ளவதற்கு ஆகும் செலவு நாளுக்கு நாள் பெருகிக் கொண்டிருக்கிறது. அதற்கு ஒரு மாற்றாக உற்பத்தியில் பெரிதாகப் பங்கு வகிக்க முடியாத முதியவர்களிடம் அந்தப் பணியை ஒப்படைக்கும்போது பொருளாதாரத்தைப் பாதிக்காத ஒரு மாற்று ஏற்பாடாக இது அமைகிறது. ஒரு கொடுக்கல்-வாங்கலாக இத்தகைய ஏற்பாடுகள் உருவாகும்போது அவை நீண்டகாலம் நிலைத்து நிற்கும். ஒரு ஆதி உதாரணமாக, தாயை மகனும் தந்தையை மகளும் சகோதரியை சகோதரனும் புணராமல் இருப்பது சமூக விரிவாக்கத்திற்கும் பொருளியல் தன்னிறைவுக்கும் அவசியமான ஒன்றாக இருந்தது. அதுவே இன்றளவும் சமூகத்தைக் கட்டும் மிகப்பெரிய ஒழுக்க நெறியாக நீடிக்கிறது. அதுபோல வளங்கள் குறைந்துகொண்டே போகும் இன்றைய சூழலில் குடும்பம் என்ற மிகப் பழமையான (என்னளவில் அதீத வக்கிரங்களும் வன்முறைகளும் நிறைந்த) அமைப்பில் ஏற்படுத்தப்பட வேண்டிய மாறுதல்கள் சில உண்டு.

மனிதனை இன்னொரு மிருகமாக மகத்துவங்களும் கீழ்மைகளும் அற்றவனாக காணும் போக்கு சிந்தனை உலகில் வளரத் தொடங்கி இருக்கிறது. இந்தச் சிந்தனையின் அடிப்படையில் சில முடிவுகளை மறுபரிசீலனை செய்யலாம். புணர்ந்து இன்னொரு உயிரை உற்பத்தி செய்வது உலகின் அனைத்து உயிரினங்களுக்கு மான அடிப்படைச் செயல்பாடு. கேள்விகளுக்கு அப்பாற்பட்ட செயல்பாடாக அதனை நிறுத்திக் கொள்ளலாம். அதனை விவாதிப்பதற்கான களம் இதுவல்ல. உயிரின் மிகப்பெரிய

கொண்டாட்டமாக, தவிர்க்க முடியாத தேவையாக, உடற்புணர்வினை நிறுத்தி இருப்பதே உயிர் உற்பத்தியை இன்றுவரை நீடிக்க வைக்கிறது. உயிரை உற்பத்தி செய்ய வேண்டிய இச்சைக்குக் கொடுக்கப்பட்டிருக்கும் பெயர் காமம். அது பலவித பாவனைகளுடன் நம்மிடம் வெளிப்படுகிறது. புணர்விச்சையை வெளிப்படுத்தும் மிக நுண்ணிய பாவனையாக உலகம் ஒத்துக் கொள்வது காதல். ஒரு இருண்ட அல்லது வெளிச்சமான அறையில் ஒரு பிறப்புறுப்பில் ஒரு ஆண்குறி விந்தினை சிந்துவதற்கான எளிய செயலாக அதனை ஒத்துக் கொள்ள மறுத்தே அத்தனை பாவனைகள் சூடப்படுகின்றன போலும். அந்த குற்றவுணர்வால்தான் தொடர்ந்து கலையும் இலக்கியமும் அந்தக் காம முன்னேற்பாட்டை அவ்வளவு உயர்த்திப் பிடிக்கின்றன போலும்.

தேர்ந்தெடுத்த இணையாயினும் கட்டாயமாகப் பிணைக்கப்பட்ட இணையாயினும் புணர்ந்து சில உயிர்களை மண்ணில் ஊர வைப்பது மனிதன் மகத்தான கடமை. அப்படி ஒரு ஆண் தன் விந்திலும் ஒரு பெண் தன் பிறப்புறுப்பிலும் பிறந்த உயிர்களைத் தன் உடைமைகள் எனவும் அவை தன்னால் பேணப்பட வேண்டுமென்றும் கருதுகின்றனர். குறிப்பாக பெண் தன்னுடைய லட்சிய ஆணை தன் மகன் வழியாகவே உருவாக்க நினைக்கிறாள். ஏனெனில் ஒருவனுக்கு குழந்தை பெற்ற பின் எந்தப் பெண்ணும் அவனைப் பெரிதாகப் பொருட்படுத்துவதில்லை. அவனுடைய எல்லைகளை முழுமையாக அறிவதே அதற்கு காரணம். இந்த லட்சிய ஆண் உருவாக்கத்திற்கான பெண்ணின் துடிப்பிற்குச் சமூகம் சூட்டியிருக்கும் பெயர் தாய்மை. அது போலவே குழந்தைகள் உடைய ஒரு ஆண் தன்னை மிகத் தனித்தவனாக உணரத் தொடங்கி விடுவான். உலகின் மீது அவன் நம்பிக்கை இழக்கத் தொடங்கும்போது, அவனுடைய ஆற்றல் வடியத் தொடங்கும்போது, அவன் தன் மனதில் எழும் பயத்தை அன்பாக மாற்றி மகனுக்கோ மகளுக்கோ அளிக்கிறான். மேலும் நிறுவனங்கள் எதுவும் எந்தத் தனி மனிதனாலும் கட்டுப்படுத்த முடியாதவை என்பதை உணரும்போது தன்னால் கட்டுப்படுத்தப் படக் கூடிய ஒரு எளிய நிறுவனமாகத் தன் குடும்பத்தை அமைத்துக் கொள்ள விழைகிறான். இது போன்ற நுண்ணிய பொருளியல் மற்றும் உளவியல் காரணங்களுடன் அவன் மனதில் தொல் நினைவுகள் ஊற்றெடுக்கும்போது தந்தை என்ற பேரடை யாளத்தைச் சூட அவன் முயல்கிறான். இதைத் தாண்டியும் வேறு

பல பொருளியல் மற்றும் உளவியல் காரணங்கள் குடும்பம் என்ற அமைப்பை இன்றளவும் நீடிக்கச் செய்கின்றன. குறைந்தபட்சம் பாலுறவு கொண்டவர்களும் அதில் உற்பத்தியானவர்களும் இணைந்து ஒரு குடும்பமாக இருக்கின்றனர். சமூகம் மேலும் மேலும் சார்ந்து வாழத் தொடங்கி இருக்கும் காலத்தில் அனைத்து அமைப்புகளின் புனிதமும் அவசியமும் அல்லது அவசிய மின்மையும் கேள்விக்கு உள்ளாக்கப்படும் நாட்களில் குடும்பம் என்ற இறுக்கமான அமைப்பு குறித்தும் கேள்விகளை எழுப்ப வேண்டியது அவசியமாகிறது.

குடும்பம் நீடிப்பதற்கான பொருளியல் அவசியங்களை (economic relavance) சற்று பார்க்கவேண்டும். குறைந்தபட்ச குடும்பம் என்பதையே நம்முடைய பேசுபொருளாகக் கொள்ளலாம். புணரும் ஆண் மற்றும் பெண். புணர்ச்சியில் உற்பத்தியாகும் குழந்தைகள். இயற்கையாவே குழந்தை உற்பத்தியில் ஆணைவிடப் பெண்ணிற்கான labour மிக அதிகம். அதிகமான வலியைத் தாங்க வேண்டி இருப்பதும் முதல் சில வருடங்களுக்கு முலைப்பால் கொடுக்க வேண்டி இருப்பதும் எனச் சில கடமைகளால் பெண் குடும்பத்தின் உற்பத்தியில் அதிக பங்கினைப் பெறும் (lion share) அங்கத்தினள் ஆகிறாள். குழந்தைப் பிறப்பிற்குப் பிறகான பராமரிப்பு, முலைப்பால் போன்றவற்றை வசதி கருதி பெண் ஏற்கலாம் அல்லது மறுக்கலாம். ஆகவே உற்பத்தியாகும் குழந்தைகள் அடிப்படையில் கடனாளிகள் (debtors). பெற்றோர் கடனளித்தவர்கள் (creditors). குழந்தை பிறக்கும் நொடியில் பெண்ணின் பங்கு ஆணை விட அதிகமாகவே இருக்கும். ஆண் தன்னுடைய கிரெடிட்டை சம்பாத்தியத்தின் மூலம் உயர்த்திக் கொள்ளலாம். நிறுவனங்கள் தங்களுடைய அன்றாடத் தேவை களுக்குக் கணக்கு வைத்திருப்பது போல, குடும்ப அமைப்பும் கணக்கினை ஏற்படுத்தவேண்டும். ஏனெனில் அனைத்துச் சேவைகளுக்கும் தேவைகளுக்கும் விலை இருப்பதனால் குடும்பச் செலவுகளைக் கணக்கில் கொண்டு வருவது அவ்வளவு சிக்கலான செயல் அல்ல. குழந்தைகளுக்கான மருத்துவச் செலவுகள், கல்விச் செலவுகள், அவர்களின் விருப்பத்திற்காகவும் தங்களிடம் பணம் இருப்பதாலும் பெற்றோர்கள் செய்யும் வீண் செலவுகள் என, அனைத்தும்குழந்தைகளின் கடன் கணக்கில் (debit account) வரவு வைக்கப்படவேண்டும்.

தனி மனிதனை நிதி அடிப்படையில் இந்த ஏற்பாடு மேலும் சுதந்திரம் ஆனவனாக மாற்றும். ஏனெனில் தாய்மை, அன்பு, பாசம், சகோதரத்துவம், மனிதாபிமானம் போன்ற நிலையற்ற அளவீடுகளுக்கு (uncertain quantifiers) வெளியே ஒருவனால் தன்னை நிலைநிறுத்திக் கொள்ள முடியும். ஒரு குழந்தையை வளர்த்தெடுப்பது ஒரு குடும்பத்தின் அந்தரங்கப் பொறுப்பாக இல்லாமல் ஒரு சமூகத்தின் கூட்டுப் பொறுப்பாகிறது. குழந்தையை வளர்க்க விரும்பாத தம்பதிகளிடமிருந்து ஒரு குறிப்பிட்ட தொகையைப் பெற்றுக்கொண்டு அரசே தன் காப்பகங்களில் குழந்தையை வளர்க்கலாம். அப்படிப்பட்ட குழந்தைகளின் பெற்றோர்களுடைய கடனுரிமை ரத்து செய்யப் படவேண்டும். தன்னுடைய குழந்தை என்ற காரணத்திற்காக மாதம் ஐம்பதாயிரம் சம்பாதிக்கும் ஒரு சாதாரண அரசுப் பொறியாளன் வருடம் பத்து லட்சம் வசூலிக்கும் தனியார் பள்ளியில் தன் குழந்தையைச் சேர்ப்பதற்கு கணக்கு வைத்தாக வேண்டும். பாசம் என்கிற பெயரில் அடிக்கப்படும் அத்தனை கூத்துகளையும் 'அக்கௌண்டிற்குள்' கொண்டுவர முடியும். தன்னுடைய சமூகப் பொறுப்பையும் ஒருவனை எளிதாக உணரச் செய்து விட முடியும்.

சமூக மனிதர்களுடன் ஒரு உயிர் கொள்ளும் உறவு மேலும் சிக்கலற்றதாக மாறும். அடிப்படையில் அனைத்து அமைப்புகளும் பேர அமைப்புகளே. ஒரு நிறுவனத்தின் தொழிலாளி அந்த நிறுவனத்தின் உற்பத்தியின் அடிப்படையில் தன் பேரத்தை அமைக்கிறான். அது போல குழந்தைகளிடம் பேரம் பேச பெற்றோர்களுக்கான கணக்கு முறை உற்பத்தியாகிறது. சோம்பலாலும் கவனக் குறைவாலும் சுய இயலாமையாலும் உருவாகும் பாசப் பிணைப்புகளை இத்தகைய ஏற்பாடு அடித்து உடைக்கும். தன் அடுப்படியை மட்டும் காத்துக் கொள்ள நினைக்கும் பாமரத்தனமும் முடிவுக்கு வரும்.

இந்த ஏற்பாட்டால் எழும் சிக்கல்களை, குடும்ப நல நீதிமன்றங்களில் இருந்து நுகர்வோர் நீதி மன்றங்களுக்கு மாற்றலாம். குறிப்பிட்ட காலம் ஈன்றவர்களின் நுகர்வோராக குழந்தைகளும் அதன்பிறகு பிள்ளைகளின் நுகர்வோராக பெற்றோரும் மாறலாம்.

பெற்றோருடைய கிரெடிட் அக்கௌண்ட் வட்டி கணக்கிடப் பட்டு அவர்களுடைய இறப்புக் காலம் வரை ஆகும் செலவுகளை

பிள்ளைகள் ஏற்பது போல் செய்யவேண்டும். பெற்றோரின் கடனுரிமையை ரத்து செய்ய விரும்பும் பிள்ளைகள் one time settlement ஆக அதற்கான தொகையை அரசிடம் ஒப்படைக்கலாம்.

உங்களில் பலர் இதனைப் பைத்தியகாரத்தனம் என எண்ணலாம். மேலும் சிலர் 'சிதைந்த கம்யூனிஸ' எண்ணமாக இதை நினைக்கலாம். ஆனால் சற்று யோசித்துப் பாருங்கள். உலகின் அத்தனை கீழ்மைகளும் உற்பத்தியாகி நொதித்து நாற்ற மெடுப்பது குடும்பம் என்ற அமைப்பில் இருந்தே. ஏனெனில் அது அளவிட முடியாத அலகுகளால் இயங்குகிறது. திட்டவட்டம் என ஒன்றில்லாத ஒரு அமைப்பைக் காப்பதற்காக, அந்த அமைப்பில் ஒளிந்து கொள்வதற்காக, நீண்ட காலம் புணர்வினையை (sexual pair) தக்க வைப்பதற்காக, அவற்றை விட பெரிய அமைப்புகளை சுரண்டுகிறோம். அறமின்மையை, தனிமையைக் குடும்பம் ஊக்குவிக்கிறது. ஒரு விரிந்த அமைப்பின் பிரதிநிதியாக உணர வேண்டிய மனிதன் தன்னைத் தகப்பனாக, தாயாக, மகனாக, சகோதரனாக, சகோதரியாக, மகளாக மட்டுமே உணர்கிறான். அந்த அமைப்பில் திட்டவட்டத் தன்மையை ஊக்குவிக்கும் விதமாக இந்தப் பார்வைகள் முன்வைக்கப்படுகின்றன. தன்னைத் தன் மூதாதையருடன் இணைக்கும் கண்ணியாக ஒருவன் கருதுவானென்றால் அந்த எண்ணத்தைத் தனிப்பட்ட முறையில் பேணிக் கொள்ளலாம். ஆனால் நிலையற்ற காரணிகளான தாய்மை, தந்தைமை, அன்பு, கனிவு, முலைப்பால் போன்ற காரணிகளைக் கொண்டு ஒருவன் தளையிடப்படக் கூடாது.

அனைத்து அலகுகளையும் நிதியடிப்படையில் வகுத்தாக வேண்டும். 'பிறன்' உடனான தன் உறவை ஒருவன் திட்டவட்ட மாக வகுக்கும்போது மட்டுமே தெளிவான பார்வையை அடைய முடியும். தாய், தந்தை, கணவன், மனைவி, மகள் மகன் போன்ற 'பிறன்களுடன்' ஒரு நிதியடிப்படையிலான பந்தம் ஒருவனுக்கு உண்டு. மற்ற பிறன்களுடன் அவனுக்கு அது கிடையாது. உயிராய்ப் பிறப்பதாலேயே ஒருவனுக்கு மீற முடியாத சில பொருளியல் கடமைகள் உண்டு என்பது உணர்த்தப்பட வேண்டும். யாவரையும் கேளிராக எண்ண, தான் புணரும் உயிரும் அப்புணர்வில் பிறக்கும் உயிரும் அந்தக் கேளிரில் இன்னொருவரே என்ற எண்ணம் ஏற்பட்டாகவேண்டும். இங்கு எதுவும் குறையவோ பெருகவோ முடியாது. குடும்பத்தில் குவித்து மல நாற்றம் எடுக்கும் மனிதாபிமானத்தைச் சமூக வெயிலில் சற்று உலர விடுவோம்.

௧0

ஒளிர்நிழல் -9

எஞ்ஜினின் உறுமல் வலி முனகலாகத் தொடர்ந்து உடன் வந்திருப்பதை பேருந்தில் இருந்து இறங்கிய சில நொடிகளில் உணரத் தொடங்கினான் குணா. மூடிய குழாயின் இறுதிச் சொட்டுகளாக சப்தம் மௌனத்திற்குள் புதைந்து போய்க் கொண்டிருந்தது. இருள் சூழ்கையில் உருக்கள் அழிந்து விழிகளின் பழக்கத்தால் அந்தரங்கமான உருக்கள் ஒவ்வொரு பொருளில் இருந்து எழுந்து வருவது போல மௌனம் வெள்ளைத் திரைச்சீலையாகி மெல்ல மெல்லப் பனித்துமிகளென ஒலிகள் விழத் தொடங்கின. ஓங்கிய மௌனத்தை உருமி நெருங்கி குறைந்து மிகக் குறைந்து பின் எண்ணத்திற்குள் மட்டும் ரீங்கரித்துக் கொண்டிருந்தது ஒரு எஞ்ஜினின் ஒலி. சாலை மட்டத்தை விட இரண்டடி உயரத்தில் அகல ரயில் பாதைக்கான செம்மண் சாலைகள் நீண்டு கிடந்தன. மௌனத்தில் குளித்த படியே சாலையையளந்து கொண்டிருந்தனர் சில இளைஞர்கள். பழைய ரயில்வே ஸ்டேஷனில் பன்றி முலைக் கொத்துகள் என விழுதுகள் தொங்க அசையாமல் உடல் வெள்ளை காட்டி இலைப் பசுமை மறைய வரிசையாய் நின்றிருந்தன ஆறு ஆலமரங்கள். முறைத்துத் திரும்பி தனியே முதுகு காட்டி அமர்ந்திருக்கும் தங்கையென தனித்து நின்றது பசுமை உதிரா ஒரு சிற்றாலமரம். கருவேல மரங்களுக்கு அடியில் ஓடும் சாக்கடையில் கவனமின்றி ஏடாகூடமாகத் தாய் மீது கிடந்தன பன்றிக் குட்டிகள். சாலையோரப் பள்ளியில் இருந்து வந்த ஒலிகள் கூட மௌனத்தைக் கலைக்காமல் மௌனத்தில் அடங்கின.

ஆறு வருடங்களுக்கு முன்பு அந்த ஊரை விட்டுச் சென்றிருந்தனர். சக்தி மட்டும் அவ்வப்போது பழைய வீட்டிற்கு வருவான். பள்ளியில் வாட்ச்மேன் தற்கொலை செய்து கொண்டதை பார்த்த பிறகு அந்த ஊரை விட்டுச் சென்றுவிடவேண்டும் என்பதில் குணா உறுதியாய் இருந்தான். சக்தியின் படிப்பிற்காகவும் வீட்டை விட்டு வெளியே தங்க வேண்டி இருந்தது. ஒவ்வொரு நாளும் நாக்கைக் கடித்தபடி தொங்கிய அந்த முகம் நினைவில் எழுந்த படியே இருந்தது. அதிகமாகப் பேசிக்கொண்டே இருப்பவன் மௌனித்துப் போனான். படிப்பிலும் ஆர்வம் குறைந்தது. அவனுடைய ஜாதியின் காரணமாக ஒரு அரசுக் கல்லூரியில் பொறியியல் படிக்கும் வாய்ப்புக் கிடைத்தது. வாட்ச்மேனின் இறப்பு ஏற்படுத்திய பயத்தை ஒரு காப்பாக, சோகமாக, தனக்கே உரிய அந்தரங்கமாக வைத்துக் கொண்டான் குணா. தான் மற்றவர்களை விட ஒன்றை அதிகமாகப் பார்த்தவன், மற்றவர் களை விடச் சற்றே மேலானவன், நுண்ணுணர்வு கொண்டவன் என்றெல்லாம் கற்பனை செய்து கொள்வான். அவன் சொல் மறுக்கப்படும் ஒரு இடத்திலும் இயல்பாக இருக்க அவனால் முடியவில்லை. அவன் சொல் பெரும்பாலும் எல்லா இடங்களிலும் மறுக்கப்பட்டது. மறுக்கப்படுவதாலேயேதான் முக்கியமானவன், வித்தியாசமானவன் எனக் கற்பனை செய்து கொள்வான். கானல் நீரால் ஆனப் பெருங்கடலில் நீந்துகிறவனாக ஆனான். தன் இருப்பை இழுத்துப் பிடித்து நிறுத்தத் தெரியாதவன் மறைந்து போயாகவேண்டும். குணாவும் மறைந்து கொண்டிருந்தான். பிரச்சினை என்னவென்றால் அம்மறைவினை அவனால் ஏற்றுக் கொள்ள முடியவில்லை என்பதே. பெரும் பாலும் தனிமையில் அமர்ந்து குடிப்பான். கண்ணீர் விடுவதற்குத் தன் மொத்த ஆற்றலையும் திரட்டிக்கொண்டு முயல்வான். அவனுக்கு அழுகை வருவதே கிடையாது. வீட்டிலும் அந்நிய மாகவே உணர்ந்தான். ஊர் நண்பர்கள் மேலும் மேலும் அணுக முடியாதவர்களாக ஆகிக் கொண்டிருப்பதாக எண்ணினான். துப்பிக் கொண்டே இருக்கும் அவ்வூர் இளைஞர்களை அவன் தீவிரமாக வெறுத்தான். குனிந்தே நடக்கும் அவனை ஏளனமும் வெறுப்புமாகவே மற்றவர்களும் பார்த்தனர்.

பாண்டவனுருடன் அவனுக்கு எஞ்சியிருந்த ஒரு நினைவு மீனா மட்டுமே. அவளைக் காணவே மீண்டும் அந்த ஊருக்கு வருகிறோம் என்ற எண்ணம் திடீரென குளிரலை போல் நெஞ்சில் அறைந்தது. சிட்டுக்குருவிகளும் காகங்களும் அங்கொன்றும்

இங்கொன்றுமாகப் பேசிக் கொண்டிருந்தன. ஒடுக்கமான சாலையின் தூரம் நீண்டு நீண்டு செல்வதாகப்பட்டது. மீனா என்ற பெயருடன் அவள் உடல் வாசனையும் சேர்த்தே நினைவில் எழும். கோமதி அக்காவுடன் மீனாவை எவ்விதத்திலும் ஒப்பிட முடியாது. கோமதிக்கு நல்ல உருண்டு திரண்ட தேகம். அகலமான தோள்கள். கோவில் சிலைகளைப் போலக் கரு நிறத்தவள். ஒரு மூட்டை நெல்லை களத்திலிருந்து சுமந்துகொண்டே வீட்டிற்கு வந்து விடுவாள். ஆனால் மீனா ஒரு நோஞ்சான். சுவர்ப் பல்லி போல ஒல்லியான வெள்ளை தேகம்.மிரட்சியான பெரிய கண்கள். ஆனால் ஒவ்வொரு முறையும் அவளைப் பார்க்கும்போதும் குணா கோமதி அக்காவை நினைத்துக் கொள்வான். ராஜேந்திரன் என்ற அவனுடைய ஆசிரியர் வியர்வைச் சுரப்பிகளைப் பற்றிப் பாடம் எடுத்துக் கொண்டிருந்த போது ஒரு உடல் குமட்டலாக, அருவருப்பாக அந்த எண்ணம் எழுந்தது. கோமதியைப் போலவே மீனாவுக்கும் வியர்க்கும். அக்குளிலும் புறங்கழுத்திலும் பின் முதுகிலும் இவளுக்கும் வியர்க்கிறது. புறங்கழுத்தில் மின்னும் ஒரு மெல்லிய செயினையும் தலையில் வைத்திருக்கும் மல்லிகைப் பூவையும் பார்த்தவாறே அமர்ந்திருப்பான்.

ஒருநாள் ஏதோவொரு காதல் பிரச்சினையில் மாணவர்கள் மட்டும் வகுப்பில் இருக்கும்போதுராஜேந்திரன் சார், 'நாய் மாதிரி பொண்டுவள மோந்துகிட்டே திரிய நினைக்காதிங்கடே. பத்து பொட்டச்சிங்க ஒத்தாப்புல நிக்கிற எடத்துல ரெண்டு நிமிசம் நிக்க முடியுதுடா' என்றார். அன்று முதல் பெண்களைப் பார்ப்பதற்கே குணாவுக்கு அருவருப்பாக இருந்தது.

'நைட்டு ஒரு மணிக்கு வருவான்டா. நான் நல்லா தூங்கி இருப்பேன். வந்ததும் ஒதச்சிதான் எழுப்புவான். உடனே துணிய அவுத்துடணும்' என பக்கத்து வீட்டில் புதிதாகக் குடி வந்த பெண் சொன்னதாகபாலசந்திரன் தினம் ஒரு கதை சொல்வான். பயமும் ஆவலும் அருவருப்புமாக அக்கதைகளைக் கேட்டு அமர்ந்திருப்பான் குணா. ஆனால் மீனாவைப் பார்க்கும்போது மட்டும் அவன் மனம் சற்று அமைதியடையும். அவளுடைய ஒவ்வொரு அசைவும் தன்னை அமைதிபடுத்தவே என எண்ணிக் கொள்வான். புரிந்துகொள்ள முடியாத ஒரு துயர் தன்னைச் சூடி இருப்பதாக எப்போதுமே உணர்வான். மீனாதான் அத்துயரில் இருந்து தன்னை மீட்க முடியும் எனத் தீவிரமாக நம்பினான். பாண்டவனூரை விட்டுப் புறப்படுவதற்கு மீனாவின் நினைவு மட்டுமே தடையாக இருந்தது. ஆனால் தன்னில் இருந்து மீனா

மெல்ல மெல்ல உதிர்வதை அவனே பார்த்து நின்றான். அவளைத் தன் நினைவில் பசுமையாக வளர்த்துக்கொண்டே சென்றான். ஜெனடிக் இன்ஜினியரிங்கில் ஆராய்ச்சி செய்பவள், போர்ப் பிரதேசங்களில் பணி புரியும் பத்திரிகை நிருபர், பாலியல் தொழிலாளிகளை மீட்கப் போராடும் பெண் லட்சியவாதியான ஆசிரியை, கனிவான மேலாளர் என எத்தனையோ பிம்பங்களாக மீனா அவனுள் விரிந்து கிடந்தாள்.

பொறியியல் படிப்பு முடிந்த நாட்களில் வாட்ஸ்ஆப் குழு ஒன்றில் மீனாவின் புகைப்படம் தற்செயலாக வெளிப்பட்டது. அருகில் ஒரு குழந்தையுடன். முதலில் கடுமையான பொறாமை எண்ணம் மனதில் எழுந்தது. பின்னர் அந்தக் குழு அரட்டையில் அது மீனாவின் அண்ணன் மகள் எனத் தெரிந்தது. அவள் எண்ணைத் தன் அலைபேசியில் பதிந்து கொண்டான். யாரும் அறியாதவாறு அடிக்கடி அவளுடைய டிபியை எடுத்துப் பார்த்துக் கொள்வான். பலமுறை பேசவேண்டும் என நினைத்து அலைபேசியை எடுப்பான். மீண்டும் பைக்குள்ளேயே போட்டுவிடுவான்.

தன் கனவினைக் கலைத்துக்கொள்ள விரும்பவில்லை என்றே எண்ணியிருந்தான் குணா. அது தைரியமின்மை என்ற எண்ணம் எழுந்ததும் 'ஹை மீனா' எனச் செய்தி அனுப்பிவிட்டான். செய்தி அனுப்பியதும் அவன் மொத்த உடலும் தளர்ந்துவிட்டது. ஒரு டிக் மார்க் எப்போது இரண்டாகும், இரண்டும் எப்போது நீலமாகும் எனக் காத்துக் கிடந்தான். அன்று மாலை ஒரு டிக் இரண்டானது. முதலில் மகிழ்ந்தவன் நேரம் கடக்கவே கோபம் கொண்டான்.

'அப்படியென்ன அலட்சியம் அவளுக்கு. அவளுக்கு என்னைத் தெரிந்திருக்காதா? நிச்சயம் தெரிந்திருக்கும். பிறகென்ன? ஏன் வாட்ஸ்ஆப்பை அடிக்கடி பார்ப்பதில்லை எனக் காட்டிக் கொள்ள விழைகிறாளா? அவ்வளவு திமிரா? அலைகிறேன் என நினைக்கிறாளா? அவளிடம் இருந்து பதில் வந்தாலும் பேசக்கூடாது. இல்லை, இனி மொபைலை பார்க்கவே கூடாது' என எப்படி எல்லாமோ தன்னைச் சமாதானம் செய்து கொள்வான். அரை மணி நேரம் கூடத் தாங்க முடியாது. இரவில் அவள் எண்ணைப் பார்த்தபடியே படுத்திருந்தான். கண் விழிப்பது போல அவள் பெயருக்கு கீழே 'ஆன்லைன்' என வந்தது. ஒரு திடுக்கிடலை குணா நெஞ்சில் உணர்ந்தான். சற்று நேரத்திற் கெல்லாம் 'டைப்பிங்' என வந்ததும் அலைபேசியை வைத்து விட்டு வெளியே ஓடிவிட்டான். திரும்பி வந்து பார்க்கையில் 'ஹாய் குணா' என்று அவன் திரை மின்னியது.

'மீனா, நான் உன்ன உடனே பார்க்கணும். ஏன்னெல்லாம் எனக்குத் தெரியாது. உனக்கு ஞாபகம் இருக்குல்ல. பாண்டவனூர் ஹை ஸ்கூல்ல ஒருத்தர் தற்கொலை செஞ்சிகிட்டார்ல்ல, அத நான் பாத்தேன் மீனா. அன்னிலேர்ந்து இப்ப வரைக்கும் எனக்கு எதப் பாத்தாலும் பயமா இருக்கு. உன்ன நினைக்கும் போது மட்டும் தான் நான் உயிரோட இருக்கிறதுக்கு ஏதோ அர்த்தம் இருக்கிற மாதிரி தெரியுதுடி. நீ மட்டும்தான் எனக்கு ஒரே ஆதரவுன்னு தோணுதும்மீனா மீனா...' விரல் நுனியில் துடித்தன வார்த்தைகள். ஆனால் சொல்ல முடியவில்லை.

'ஹெள ஆர் யூ?'

'நல்லேருக்கேன் குணா. நீ எப்படி இருக்க? எங்க இருக்க?'

என்ன செய்கிறேன் என அவள் கேட்காதது அவனுக்கு ஆறுதலாய் இருந்தது.

அவன் எங்கிருக்கிறேன் எனச் சொன்னான். அவனை அவள் கேட்டவை அனைத்தும் சாதாரணமானவையே. ஆனால் அவற்றைக்கூடப் பிறர் தன்னிடம் கேட்டதில்லை என நினைத்த போது அழுகை பீறிடுவது போல உணர்ந்தான். அதன்பிறகு மீனா அவனிடம் அவ்வப்போது உரையாடினாள்.

சில சமயங்களில் சுயமைதுனம் செய்துவிட்டுக் கழிவறையில் இருந்து வெளிவருகையில் 'குணு, என்னடா பண்ற?' என்பதைப் போன்ற மீனாவின் செய்தி திரையில் ஒளிரும். தற்கொலை செய்து கொண்டு விடலாமா என்று எண்ணும் அளவிற்கு குணாவிற்கு அவன் மேல் சுய வெறுப்பு பெருகும். வெகு நேரம் குப்புற படுத்தபடி அழுவான். அவளுடைய டிபியை எடுத்துப் பார்ப்பான். அப்போதும் அவளுடைய தூய்மையான கழுத்தைத்தான் குணா பார்ப்பான். நீளமான புருவங்களுக்குக் கீழே பெரிய கண்கள். கழுத்துப் பகுதி மட்டும் சற்றே ஒளியூட்டப்பட்டுச் சதைப்பற்று மிகுந்தது போல ஒரு தோற்றம் தரும். வெளித்தெரியும் தோளும் இளமை மின்னும் கழுத்தும் உயர்ந்த புருவங்களும் மெல்லிய துயர் படர்ந்த விழிகளும் அவனுள் தூய்மை தூய்மை தூய்மை என்றே எக்காளமிடும். தன் முகத்தை ஆடியில் நோக்க அஞ்சிக் கூசுவான். அலைபேசியை எடுத்தான்.

'மீனா நான் உன்ன பாக்கணும்.'

அவளிடமிருந்து பதிலில்லை.

'நாளைக்கு மாங்குளத்துக்கு நான் வர்றேன்.'

மீண்டும் பதில் வராமல் போகவே, உலகின் மிகப்பெரும் அநீதி இழைக்கப்பட்டவனாக, அனைவராலும் வெறுக்கப்படுபவனாக, நற்குணங்களாலும் நேர்மையாலும் அறவுணர்வாலும் தாழ்ந்து போனவனாக, மிக மிகத் தனித்தவனாக, தனித்தன்மை வாய்ந்தவனாகத் தன்னை எண்ணத் தொடங்கினான். எதைக் கண்டும் சிரிக்கவும் ஏளனம் செய்யவும் எதையும் அசட்டை செய்யவும் தனக்கு தகுதி வந்து விட்டதென எண்ணிக் கொண்டான். எவ்வளவு பொருட்படுத்தாமல் விலகியும் அவ்வெண்ணம் எழுவதைத் தடுக்க முடியவில்லை. பாண்டவனூருக்கு பஸ் ஏறினான். மாங்குளத்தை அவன் நெருங்கியபோது மணி இரண்டைக் கடந்திருந்தது.

தென்னைகள் சுற்றி நடப்பட்டிருந்த மாங்குளத்தைக் கண்டதும் அவன் நடை தளர்ந்தது. அதுவரை சூழலில் இருந்த அமைதியும் மறையத் தொடங்கியது. மேகங்களில் கருமை ஏறி வானம் உறுமத் தொடங்கியது. அவள் வருவதற்காக இரவு பத்து மணி வரை காத்திருக்கவேண்டும் என எண்ணிக் கொண்டான். அதன்பின் அவளுக்கு இறுதி வரியாக 'அன்புள்ள மீனா. உங்களிடம் நான் ஏதாவது தவறாகப் பேசியிருந்தால் என்னை மன்னித்து விடுங்கள். இனி உங்களை தொந்தரவு செய்ய மாட்டேன்' எனச் செய்தி அனுப்ப வேண்டுமென நினைத்தான். இல்லை, அது காரம் குறைவாக இருக்கும். இன்னும் தீவிரமாக 'மீனா, என்னை மன்னித்து விடு. உலகின் ஏதோவொரு மூலையில் என் போன்ற ஒருவனின் உளறலைப் புரிந்து கொள்வதற்காக ஒரு செவியும் எனக்காகச் சிந்தப்பட ஒரு துளி கண்ணீரும் எஞ்சியிருக்கும் என எண்ணினேன். இனி அந்த நம்பிக்கை என்னிடம் இருக்கப் போவதில்லை. நான் ஏன் இப்படி இருக்கிறேன் எனப் புரியவில்லை. ஆனால் அது என் பிரச்சினைதான். மன்னித்துவிடு மீனா.'

இது சரியாக இருக்கும் என எண்ணிக் கொண்டிருக்கும்போதே அவன் கண்கள் மீண்டும் மீண்டும் நம்ப மறுத்துக் கொண்டிருந்த காட்சி அங்கு நிகழ்ந்து கொண்டிருந்தது. மீனா ஒரு வெண்ணிற சுடிதார் அணிந்தவளாய் மாங்குளத்தின் படிக்கட்டில் அலைபேசியைக் குனிந்து பார்த்தவாறு அமர்ந்திருந்தாள். மழை மென்மையாகத் தூரத் தொடங்கியிருந்தது. அவன் கால்கள் பின்னால் இழுத்தன. நெஞ்சை அடைப்பது போன்று மூச்சுகள்

சுவாசத்தை நிறைத்தன. அங்கிருக்கும் தென்னை போல, அந்தப் படிக்கட்டு போல, மாங்குளம் போல, அவளும் அங்கேயே இருந்து கொண்டிருக்கிறாளா? வெண்ணிறம் உண்மையாக இருக்க வாய்ப்பே இல்லை என்றுதான் எண்ணியிருந்தான். அது பேய்களின், மோகினிகளின் நிறம். அது எப்படி உண்மையாக இருக்க முடியும் என்றுதான் மீண்டும் மீண்டும் எண்ணினான். அவள் முழுமையாக அவன் பார்வைப் புலத்துக்குள் வரும் தூரத்தில் நின்று கொண்டான். உடலின் மெல்லிய ஜில்லிடலாக ஒரு சிலிர்ப்பு ஓடியது. அவள் உடலை மழைத்துளிகள் நனைத்திருந்தன. ஆனால் கழுத்தின் வியர்வையை மட்டும் தனித்தறிய குணாவால் முடிந்தது. கோமதி அக்காவின் நினைவு மீண்டும் எழுந்தது. ஆனால் அவள் கல்லூரிக்குச் சென்றதும் எதையோ இழந்து விட்டாள். எந்நேரமும் அவள் முகம் முறைப்பாகவே இருக்கும். கருப்பு நிறச் சட்டையும் பேண்ட்டும் அணிந்துகொண்டு பாலிடெக்னிக் கல்லூரிக்கு ஒரு பெண் செல்வது அவள் காலத்தில் ஒரு பெரிய மீறல். அந்த மீறலிலேயே திளைக்கத் தொடங்கி விட்டாள். திருமணமும் சாதிக்கு வெளியில்தான். வெளிநாடு செல்லும் வாய்ப்பிருந்தும் பிடிவாதமாக ஊரில் தங்கிவிட்டாள். அரை கிலோ நகையை அள்ளிப் போட்டுக்கொண்டு, வீட்டில் கார் இருந்தும் டூவிலரில் அவள் வெளியே செல்வதைப் பார்க்க குணாவுக்குப் பயமாக இருக்கும். இருந்தும் தன்னைத் தோளில் தூக்கி வைத்துக் கொண்டு நடக்கும் இள வயது கோமதியாகவே மீனாவை அவன் மனம் உருவகித்தது.

அவன் பின்னே வந்து நிற்பதை அவள் உடல் உணர்ந்தது. ஒரு தொட்டாச்சிணுங்கி இலையில் கை வைத்தாள். குணா முதன் முறையாக அப்போதுதான் அந்த இலையைப் பார்க்கிறான். அவள் விரலைப் பிடிக்க விழைபவை போல சுருங்கின.

'காலைலேர்ந்து வெயிட் பண்றேன்' என்றாள்.

சட்டென குணா விசும்பி விட்டான்.

'ஏய் என்னடா இது. ஐயம் சாரி' என்றாள்.

முறைத்துக்கொண்டு அமர்ந்திருக்கும் சிறுவனை அன்னையின் சமாதானம் அழவைப்பது போல அவ்வார்த்தைகள் அவனை மேலும் உக்கிரமாக அழச் செய்தன. முதலில் தயங்கி நின்றவள் மெல்ல அவன் தோளைத் தொட்டுத் தேற்றினாள். ஒரு கணம் தாளாமல் அணைத்துக் கொண்டாள்.

'குணா ப்ளீஸ். நீ அப்பவே சொல்லி இருக்கலாம்ல. ஏண்டா சொல்லல? நீ என் செல்லம். உன்ன விட்டுட்டு என்னால இருக்க முடியாதுடா' என ஏதேதோ சொல்லி அவனை முத்தமிட்டாள். வெல்வெட் துணியால் தீண்டப்படுவது போல் இருந்தது அவள் சிறிய வாயால் அவனுக்களித்த முத்தங்கள். குணாவும் அவள் உதட்டில் முத்தமிட்டான். அவனுடைய பெரிய உதடுகளை முழுமையாகத் தழுவ முடியாமல் பரிதவித்தன அவள் உதடுகள். அவளுடைய சிறிய உடல் கைகளுக்குப் போதாமல் தவித்தன அவனுடைய பெரிய கைகள். சட்டென பல படிகள் முன் சென்று விட்டதைப் போன்று உணர்ந்தான் குணா. உணர்வுகள் அடங்கியதும் முத்தங்கள் மெல்ல மெல்ல ஓய்ந்தன. அந்த செயலின் அந்நியத்தன்மையை இருவரும் உணர்ந்தது போல சில நொடிகள் மெளனமாகக் கடந்தன. எட்டு வருடங்கள் கழித்து முதன்முறை சந்திப்பவர்கள் செய்யும் செயலா இவை என எண்ணியதும் இருவருமே சிரித்தனர்.

'கொஞ்ச தூரம் நடக்கலாமா?' அவன் கேள்வி அவனுக்கே அபத்தமாக ஒலித்தது.

அவளும் அச்சூழலில் இருந்து விடுபட 'சரி' என்றாள்.

பாண்டவனூரின் மையம் மாங்குளம்தான். மாங்குளத்திலிருந்து வயல்வெளிகள் தொடங்கும். மதியம் தாண்டிவிட்டதால் வயலிலும் ஆட்கள் இல்லை. ஏதும் பேசாமல் விழிகளைப் பச்சையில் நிலைக்க விட்டவாறு நடந்தனர் இருவரும்.

குணாவே பேச்சைத் தொடங்கினான்.

'கனவு மாதிரி இருக்கு.'

'ஏய் லூசு, நார்மலா பேசத் தெரியாதா உனக்கு. என்ன பண்ற இப்போ?' என்றாள்.

'குரூப் ஒன் பிரிபேர் பண்றேன்.'

'நீ இன்ஜினியரிங்தானடா?'

'ஆமா அதுக்கென்ன' என்றான் சற்றே கோபமாக.

'ஓகே. கூல். உன்னோட டெசிஷன். கேக்கிறதுக்கு நான் யாரு?' என்றாள்.

குணா சிலைத்து நின்று விட்டான். 'நீ கேக்காம வேற யாரு கேக்க முடியும்' என சொல்ல நினைத்தான். நாடகத்தனமாக இருக்குமென அப்படிச் சொல்லவில்லை.

'நான் டி.சி.எஸ்-ல வொர்க் பண்றேன்' என்றாள். அவனுக்குத் தாழ்வாக இருந்தது.

'எவ்வளவு நாள் ஊர்ல இருப்ப?'

'பிஃப்டீன் டேய்ஸ்.'

பேசியபடியே வயல்வெளிகளைக் கடந்திருந்தனர். மொந்தன் வாய்க்காலைக் கடந்து சுடுகாட்டுச் சதுப்பு மட்டுமே எஞ்சியிருந்தது. பண்ணை வீட்டினர் இறந்தால் அங்குதான் அடக்கம் செய்வது வழக்கம். ஆனால் ஆறு அகலப்படுத்தப்பட்ட போது பண்ணையும் நலிவடைந்திருந்ததால் சுடுகாட்டுச் சதுப்புக்கும் பண்ணை வீட்டுக்குமான பாதை அடிபட்டுப் போனது. சதுப்புக்கு அருகில் இருந்த ஆலமரத்தில் குட்டி போட்ட ஆடுகளின் நஞ்சினை கட்டி வைத்திருப்பார்கள். அதனால் மொந்தன் வாய்க்காலுக்கு அந்தப் பக்கம் ஒரு மாமிச வீச்சம் எப்போதும் இருக்கும். கருக்கலில் மலம் கழிக்க வருபவர்களைத் தவிர அந்தப் பக்கம் யாரும் செல்வதில்லை. மேலும் பண்ணை வீட்டுப் பெண் ஒருத்தி குணாவின் அப்பா சிறுவனாக இருந்த போது தூக்கில் தொங்கியதாக ஒரு கதை சொல்வார்கள். அதனாலும் மதிய நேரத்தில் அங்கு செல்லப் பயப்படுவார்கள்.

மீனா 'ஏதோ ஸ்மெல் வருதுல்ல குணா' என்றாள்.

அவன் நாசிகளும் அதை உணர்ந்தே இருந்தன.

'நாய் ஏதாவது செத்துக் கெடக்கும். வா திரும்பிடலாம்' என்றான்.

சுடுகாட்டுச் சதுப்பில் நரிகளின் நடமாட்டம் அதிகம். காலையில் நரிகள் பாலிதீன் கவரை கிழித்திருக்கலாம் என எண்ணினான். மூழ்கியும் வெளித்தெரிந்தும் சதுப்பில் மிதந்த உடலை மீனா பார்க்கவில்லை.

குணாவின் விழிகள் மீனா கேட்ட அந்தக் கணமே பாலிதீன் கவருக்கு வெளியே பிதுங்கித் தெரிந்த கோமதியின் முலைகளைக் கண்டிருந்தன. ஒரு முலைக் கண்ணிலிருந்து புழு வெளியேறிக் கொண்டிருந்தது. கழுத்தில் ஆழமாகப் பதிந்த பற்களின்தடம் தெரிந்தது. சில நொடிகள் கூடக் காணாத காட்சி இவ்வளவு துல்லியமாக எப்படி நினைவில் இருக்கிறது என வியந்தான். மேலும் அவனுக்கு பயமோ நடுக்கமோ எழவில்லை. மாறாக முதல் முறையாகப் பெண்ணின் முலைகளை நேரில் கண்ட கிளர்ச்சிதான் மனதை நிறைத்திருந்தது.

தடையின்மை. இதனை வேறு எந்தப் பெயரிலும் அழைக்க முடியாது. ஏதோவொரு பொற்கணத்தில் ஒன்றை சிலர் வெகு சிலர் மட்டுமே உணர்கின்றனர். நம் இச்சைப்படி வளைத்துச் சுருக்கி ஆட்டி வைக்கக் கூடியதே அனைத்தும் என. ஒவ்வொரு நாளும் அதை உணர்ந்த வண்ணமே இருக்கிறேன். பேணிக் கொண்ட ஏதோவொன்று இல்லாமல் ஆகியிருப்பதை உணர முடிகிறது. பெண்கள் என்னிடம் காட்டும் இணக்கத்தை இன்னொருவனாக தள்ளி நின்று வியந்து நோக்குகிறேன். சத்தமாகப் பேசுகிறேன். என் குரலில் அருவருப்பை ஏற்படுத்தும் தன்னம்பிக்கை ஏறியிருக்கிறது. கூர்மையான கண்ணாடியின் விழிகளை முகத்தில் சூடிக்கொண்டுள்ளேன்.

நீ தவறு நான் சரி எனப் பேச எந்தக் கூச்சமும் எனக்கு ஏற்படுவதில்லை. பின் நின்று சாபம் அளிப்பவர்களையும் ஏளனம் செய்பவர்களையும் புன்னகையுடன் கடந்து சென்றபடியே இருக்கிறேன். அருணாவைப் புணரும் போது முதன்முறை ஏன் அழுதேன் என இன்றுவரை எனக்குப் புரியவில்லை. எனக்குப் பிடித்தவளாய் அவள் தன்னை சமைத்துக் கொள்கிறாள். சில சமயங்களில் அவள் சூடியிருக்கும் சின்ன பெண் வேடத்தில் ஆழ்ந்து போய் உண்மையில் சின்னப் பெண்ணாகவே ஆகிவிடுவாள்.

நான் ஏதாவது கோபமாகப் பேசும் சமயங்களில் 'அய்யோப்பா பாப்பாக்கு கோவத்தப் பாறேன்' என்பது போல் ஏதாவது சொல்லி என்தலையைக் கோதுவாள்.

நானும் மனம் உவந்து அந்த நாடகத்தை நடிக்கத் தொடங்குவேன். கோபத்தில் மேலும் என் முகம் திருப்பிக் கொள்ளும். என்னை சமாதானம் செய்ய தாடையைப் பிடித்துத் திருப்பி கண் சிமிட்டுவாள்.

நான் 'பையன் நல்லா படிக்கிறானா?' என்பேன். அவள் முகம் புண்படும். என்னுள் படபடப்புடன் கூடிய வெறி எழும். அவள் முகம் அழுகையை நோக்கிச் செல்லும்போது 'சந்திரசேகர கடைசியா எப்ப கொஞ்சின' என்பேன். அழக்கூட முடியாத ஒரு வலியில் அவள் முகம் கோணிக் கொள்ளும். அந்நேரம் அவளை பளார் பளார் என அறைந்து இதழோரங்களில் சில குருதித் துளிகளைக் காண எழும் வேகத்தை மிகுந்த சிரத்தையுடன் கட்டுப்படுத்துவேன். அந்தப் புள்ளியில் நிறுத்திக் கொள்வேன். அதைத்தாண்டி ஒரு அடி போதும் வேறேதும் நடக்க. அந்த எல்லையில் இருவருமே முட்டி நிற்போம். அவளை அணைப்பேன். அவள் திமிறுவாள். மேலும் இறுக்கும்போது அழுவாள். அம்மாவின் சமாதானம் கேட்டழும் குழந்தை போல. புணர்வில் சென்று முடியும் அது போன்ற அழுகைகளை மறக்கவே முடியாது என்று அவளிடம் சொல்வேன். சில சமயம் திரும்பிப் படுத்திருக்கும் அவள் சிவந்த தோள்களில் முத்தமிட்டவாறு 'அரு' என்பேன்.

ஒருக்களித்துப் படுத்து 'என்னடா' என்பாள்.

'ஒண்ணுமில்ல.'

கனிவு கூடிய விழிகளுடன் 'சொல்லுடா' என தாடையைப் பிடிப்பாள்.

என் கண்கள் வழியத் தொடங்கும். அது நானே விரும்பி உருவாக்கும் கண்ணீர்.

அப்படியே முலைச்சூட்டுடன் என்னை அணைத்துக் கொள்வாள். அலுவலகத்தில் என்னிடம் அதிக உரிமை எடுத்துக் கொள்ளத் தொடங்கினாள். அனுமதி இல்லாமல் உள்ளே நுழைவது, அவள் தவறுகளைச் சுட்டிக்காட்டும் போது சத்தமாகச் சிரித்து அதனை மறுப்பது என அவள் எல்லையைத் தாண்டிக் கொண்டிருந்தாள்.

சுப்ரமணியன் என்ற மூத்த ஊழியனை வேலையை விட்டு நிறுத்தி இருந்தேன். சிறு குறு தொழில் முனைவோர்களுக்கு கொடுப்பதற்கென இருபதுகோடி ரூபாய் கடன் எங்கள் கிளைக்கு

ஒதுக்கப்பட்டிருந்தது. சுப்ரமணியன் சொந்த ஊர்க்காரன். தொழில் முனைவோர் சமர்ப்பிக்கும் ஆவணங்கள் அடிப்படையில் தகுதி உடையவர்களுக்குக் கடன் தருவதற்கென ஒரு நீண்ட வரைவும் எங்களுக்கு அனுப்பப்பட்டிருந்தது. ஆனால் சுப்ரமணியம் ஏற்கெனவே இருபது கோடிக்கும் ஆட்களைத் தயாராய் வைத்திருந்தான். நான் பேச வாயெடுப்பதற்கு முன்பே அவன் என் கையில் முப்பது லட்சம் பணமாகக் கொடுத்தான். அவனுக்குப் பத்து லட்சமாம். அவனுடைய ஆட்கள் அனைவருமே வட்டித் தொழில் செய்பவர்கள். அவர்களுக்குப் பணம் மொத்தமாக வருவதே முக்கியம். சில்லறையாகச் செலவழிவதில் பிரச்சினை இல்லை. இருந்தும் ஆய்வு ஏதேனும் நாளை நடந்தால் ஆய்வாளருக்கு இதை விடப் பெரிய தொகையை அழ நேரும் என்பதே என் சிக்கல். அதனால் தகுதி சரிபார்ப்பிற்கான முதற் பொறுப்பு சுப்ரமணியம் தலையில் விழுமாறு கோப்புகளை மாற்றி அமைத்தேன். அவனும் நான் சம்பந்தப்பட்டிருப்பதால் நானே அனைத்தையும் பார்த்துக் கொள்வேன் என நம்பியிருந்தான். ஆனால் ஆய்வு நடக்கப் போகும் தகவல் எனக்குத் தெரிந்த மறுநாள் சுப்ரமணியத்தை பணி நீக்கம் செய்தேன். என்னுடைய இடத்தில் இருக்கும் ஒருவர் அத்தகைய நடவடிக்கை எடுக்க முடியும் என பலர் நம்பவில்லை.

சுப்ரமணியம் என்னிடம் வந்தான்.

'என்ன தம்பி விளையாடுறீங்க?' என சிரித்துக்கொண்டே கேட்டான்.

'ஒரு விளையாட்டும் இல்லண்ணே. நீங்க கம்பனிக்கு பத்து லட்சம் பணம் கட்டணும். அதனால உங்களுக்கு வர வேண்டிய ஈ.பி.எப் செக்கியூரிட்டி டெபாசிட் எல்லாத்தையும் டிபார்ட்மென்ட் எடுத்துக்கும். அது போக மீதி இருக்கிற ரெண்டு லட்சத்த கட்ட உங்களுக்கு ஒரு வருஷம் டைம் இருக்கு' என்றேன்.

சுப்ரமணியம் எச்சில் விழுங்கினான். சற்றே புத்திசாலியாக இருந்திருக்கவேண்டும். இந்தச் சிக்கலில் என்னை மாட்ட வைக்க முடியாது எனப் புரிந்துகொண்டான்.

சட்டெனக் காலில் விழுந்தான்.

'ரெண்டு பொட்ட புள்ள தம்பி. நெலம் சொத்து பத்துன்னு வாழ்ந்த குடும்பய்யா. காத்தவராயன் பேரன் தானய்ய நீயி. உங்க

தாத்தாவுக்குக் கூட எங்கப்பாரு அவ்வளவு செஞ்சிருக்காருய்யா. தயவு பண்ணுய்யா தயவு பண்ணுய்யா' எனக் கெஞ்சினான். நான் காவலாளியை அழைத்தேன்.

மறுநாள் அலுவலகம் வருகையில் அருணாவுடன் ஒரு பெண் விசும்பிக் கொண்டிருந்தாள். அருணாவின் பார்வை அப்போது அருவருப்பை ஏற்படுத்தியது. கணவனை முறைப்பவள் போல என்னை முறைத்தாள். நான் அமர்ந்ததும் உள்ளே வந்தாள்.

'என்ன?'

'அவங்க பாவம் சக்தி.'

'சக்தி பத்தி எல்லாம் வெளில' என்றவாறே அவளைக் கடந்து சென்று கண்ணாடிக் கதவைத் தாழிட்டு வந்தேன்.

'அவ உனக்கு சொந்தமா?' என்றேன்.

'அவங்கன்னு சொல்லணும். உன்ன விட பதினஞ்சு வயசு பெரியவங்க' என்றாள் ஏதோ மகனைத் திருத்தும் அன்னை போல.

கோபத்தால் என் முகம் சிவந்து விட்டது. கட்டுப்படுத்திக் கொண்டு 'நீ கூடதான் என்ன விட நாலு வயசு மூத்தவ' என்றேன். அவள் பெரிதாகச் சிரித்ததில் அவள் மனம் புண்பட்டது நன்றாகவே தெரிந்தது.

'வரசொல்லு' என்றேன்.

'குட் பாய்' எனச் சொல்லி விட்டு அந்தப் பெண்ணையும் அழைத்துக்கொண்டு வந்து அவளும் உள்ளே நின்றாள்.

'அருணா மேம். நீங்க கொஞ்சம் வெளில இருங்க' என்றேன். முகம் சுண்டி வெளியேறினாள்.

'என்னம்மா' என்றேன். உதடு சிவந்து அழத் தொடங்கி விட்டாள். அருணாவைப் போலவே சிறிய உதடு. ஆனால் அவளை விடப் பெரிய கவர்ச்சியான கண்கள். அவள் முகச் சாயல் நன்றாகவே தெரிந்தது. வெகு நேரம் நெஞ்சு நடுங்க அழுதுவிட்டு நிமிர்ந்தவள் என்னைப் பார்த்ததும் திடுக்கிட்டாள். அவள் அழுகையை ரசித்துக்கொண்டு அமர்ந்திருக்கும் ஒருவன் அங்கே இருந்தான்.

'சார், நீங்க இப்படி பண்ணினா நாங்க தூக்குலதான் தொங்கணும்' என்றாள். நிச்சயம் இறந்து விடமாட்டாள் என ஒரு நம்பிக்கை

என்னுள் எழுந்தது. வெகு நேரம் பயின்ற வார்த்தைகள். மனைவியாக இருந்தவள் தாயாக அடுத்த பாத்திரத்தை எடுத்தாள். அதுவும் பலிக்கவில்லை எனத் தெரிந்ததும் இறுதி வேடமாக அபலைப் பெண்ணாக மாறினாள். தங்களை முற்போக்காகக் காட்டிக் கொள்ள நினைக்கும் பெண்கள் கூட சூடும் வேடம் அதுதான். ஒரு பெண்ணுக்கு ஆண் காவலனாக, தைரியம் தருபவனாக இருந்தாகவேண்டும். அதுவும் முப்பது தொடாத, பெண்ணைத் தீண்டாத ஆணிடம் சற்று அதிகமான கருணையை எதிர்பார்க்க முடியும். ஆனால் என்னை அவள் அறிந்தவள் இல்லை. நான் காத்துக் கொண்டிருந்தது என் அணையை உடைக்கும் ஒரு விசைக்கு, ஒரு சொல்லுக்கு. வெளியேறும் போதுசரியாக என் காதில் விழுவது போல், 'நாசக்கார பாவி' என்பதோடு என் அம்மாவையும் என் பிறப்பையும் சேர்த்துக் கொச்சைப்படுத்தும் ஒரு வார்த்தையைச் சேர்த்துக் கொண்டாள். என் குரலில் போதிய கனம் ஏறுகிறதா என்பதை உறுதி செய்து கொண்ட பிறகு 'நில்லும்மா' என்றேன்.

'இப்ப சொன்னத திரும்பச் சொல்லு' என்றபடியே என் அறையை விட்டு வெளியே வந்தேன். ஒரு நிமிடம் அவள் முகம் அரண்டு போயிருப்பது தெரிந்தது.

'உன் புருஷன் தப்பு பண்ணி இருக்காரு. நான் நெனச்சிருந்தா கம்ப்ளெய்ண்ட் பண்ணி ஜெயிலுக்கு அனுப்பி இருக்கலாம். ஆனா டிஸ்மிஸ் பண்ணினதோட விட்டுட்டேன். ஆனா நீ அதுக்கு என் அம்மாவ திட்டுவ. கேட்டுட்டு உட்கார்ந்திருக்கணுமா? உன் புருஷன் எனக்கு அவனத் தெரியும் இவனத் தெரியும் சொன்னாருல்ல. எவன வேணுன்னாலும் வரச்சொல்லு. நெல் அளந்த பரம்பர, கல் அளந்த பரம்பரன்னு கத சொல்லிகிட்டு இங்க இனிமே எவனாவது வரட்டும் பேசிக்கிறேன்' என்றேன்.

அதே சூட்டோடு அருணாவிடம் திரும்பி, 'இங்க பாருங்க மேடம். சொந்தம் கிந்தம்ன்னு சொல்லிகிட்டு கண்டவங்களையும் ஆபீஸ் பக்கம் அழைச்சிகிட்டு வர்றதா இருந்தா நீங்களும் வீட்டிலேயே இருந்துக்கலாம். இங்க ஒண்ணும் ஆளில்லாம நாங்க தவிக்கல' என்றேன். முழுதாக அதிர்ந்து விட்டாள். அழத்தொடங்கியவளை வேறு சில பெண்கள் அழைத்துச் சென்று சமாதானம் செய்யத் தொடங்கினர். என் அறையில் வந்து அமர்ந்தபோது என்னுள் கோபமே இல்லை என்பதை உணர்ந்தேன். மதியம் வரை பணிகளில் மூழ்கினேன். அருணா மதியத்திற்கு மேல் அறைக்கு வந்தாள்.

'சார்' என்றாள்.

'ஏய் என்ன இது? சக்தின்னே கூப்பிடு. நான் அவங்களுக்காகதான் அப்படி சொன்னேன்' என்று சொல்வேன் என எதிர்பார்த்தாள்.

நான் தலையை உயர்த்தி 'என்ன?' என்றேன். அழத் தொடங்கினாள். 'ப்ச், ஏன் இப்ப அழறீங்க' என்றேன் சலிப்புடன். கோபமும் அருவருப்பும் முகத்தில் மின்ன என்னை நிமிர்ந்து பார்த்தாள். அழகாக இருந்தாள் அப்போது. நேற்று அவள் முலை இடுக்கில் முகம் புதைத்து அழுதவனை அப்படி அவள் எதிர்பார்த்திருக்க மாட்டாள்.

அடுத்த இரண்டு மணி நேரங்களில் அருணாவின் ரிசைனிங் லெட்டர் எனக்கு வந்தது. நானே உத்தரவிடும் இடத்தில்தான் இருந்தேன். இருந்தும் இந்த வேலை அவளுக்கு ஒரு பொருட்டல்ல என்பது என்னை ஆச்சரியம் கொள்ளச் செய்தது. சந்திரசேகர் நிச்சயம் அவளை ஒன்றும் சொல்லப் போவதில்லை. ஆனால் அவளுக்கு வருத்தம் இருக்கவே செய்யும். மாலை என் அறைக்கு வந்தாள்.

ஏதாவது சொல்வாள் என என் மனதின் ஓரத்தில் ஒரு எண்ணம் இருந்தது. ஒன்றும் சொல்லாமல் திரும்பிச் சென்றாள். அவள் உடலை இனி அணைக்க முடியாது என்ற ஏமாற்றம் மட்டுமே நெஞ்சில் இருந்தது.

I2

செல்வராஜ் செருப்புப் போட்டுக்கொண்டுதான் பள்ளிக்குச் செல்வான். இருந்தும் வீட்டுக்கு வந்ததும் கால் கழுவிய பின்னே உள்ள நுழைய வேண்டுமென முத்தம்மாவின் உத்தரவு இருந்தது. மறந்து விட்டு வீட்டிற்குள் ஓடியவன் மீண்டும் வந்து கால்களைக் கழுவிக் கொண்டிருந்தான். அன்று அவனுக்கு ஐந்தாம் வகுப்பு முழுத் தேர்வு. வீட்டில் முத்தம்மா மட்டும்தான் இருந்தாள். வழக்கம் போல் பழைய சோற்றை உருட்டி வாய்க்குள் எறிந்தவாறு ஏதோ பேசிக் கொண்டிருந்தாள்.

'ஆத்தா சோறு இருக்கா?' என்றான்.

'ம்க்கும். மவராசா இப்பதான் பத்து வேலி நெலத்துக்கும் தண்ணி பாச்சிட்டு ஒஞ்சி களைச்சிப் போய் வர்றாரு வக்கணையா வடிச்சி மூடி வெக்கிறதுக்கு. நானும் கடைக்கு வற்றப்பவெல்லாம் பாக்குறேன், தடிப்பயலுவள தரையில ஒக்கார வெச்சிட்டு பறத் தேவிடிச்சி எல்லாம் ஸேர்ல ஒக்காந்து பாடம் சொல்றா. நீயும் அங்கின போய் சும்மா தான ஒக்காந்துட்டு வற்ற. வந்ததும் வயிறு முண்டுதா உனக்கு' என்றவாறே தட்டை எடுத்து வைத்தாள்.

'இன்னிக்கும் புலிக் கொலம்பா?'

'யான் நீயும் செருமங்கலம் போவேண்டியது தான. அங்கதான் விருந்து சாப்பாடே போடுறானுவல்ல.'

செருமங்கலத்தில் அன்று செல்வராஜின் அப்பாவுக்கு திருமணம் நடைபெற்றது. இவன்தான் மூத்த மகன். தேர்வு நடைபெற இருப்பதை கடைசி வரை வீட்டில் யாரிடமும் அவன் சொல்லவில்லை. சொல்லி இருந்தாலும் அதை நினைத்து யாரும் வருந்தப் போவதுமில்லை. பாண்டவனூர் சாலையில் திருமண ஊர்வலம் வரும் சத்தம் கேட்கத் தொடங்கியதும் சாவகாசமாக சாப்பிடுக் கொண்டிருந்தவன் விரைவாகச் சாப்பாட்டை வாயில் அள்ளிப் போடத் தொடங்கினான். ஊர்வலம் வீட்டை அடைவதற்குள் மொந்தன் வாய்க்காலுக்கு ஓடிவிட்டான். பண்ணை வீட்டு ஆண்கள் சுற்றி அமர்ந்து குடித்துக் கொண்டிருந்தனர். கருஞ்சிவப்பு நிறத்தில் மிளகு போட்டு வறுக்கப்பட்டிருந்த நாட்டுக் கோழியின் கொழுப்பு வழிந்து கொண்டிருந்தது. செல்வராஜ் எச்சில் விழுங்கினான். சற்று நேரத்திற்கெல்லாம் மீண்டும் பசியெடுப்பது போலிருந்தது. மங்கலம் ஆத்தாவின் வீட்டில் சாப்பாடு கேட்கலாமா என யோசித்தவன் தலையை உதறி அந்த எண்ணத்தைத் தவிர்த்தான். யாருக்கும் தெரியாமல் வீட்டின் கொள்ளைப்புறத்துக்கு ஓடி சில பருத்திப் பூக்களை பறித்துத் தின்றான். பருத்தியின் மணம் மேலும் பசியைக் கிளறியது. அடுப்பங்கரைக்கு எனத் தனியே இழுக்கப் பட்டிருந்த கொட்டகையில் பெண்களின் சிரிப்பொலி கேட்ட படியே இருந்தது. செல்வராஜ் அப்போதுஅங்கு நுழைய விரும்பினான். தாத்தாவுடைய பட்டாள உடுப்பு அங்குதான் கிடந்தது. அவர் கையைப் போலவே கனமான உடை அது.

'பர்மாலேர்ந்து நடக்கவுட்டே அளச்சிட்டு வந்தானுவடா. இந்த சட்ட மட்டும் இல்லன்னா மாரியோட ரத்தம் மண்ணுல நின்னுருக்காது பாத்துக்க' என்பார். வாய்க்காரன் கரையின் பெயரை பள்ளர் தெரு என பதிய முனைந்ததற்காகக் கடுமையாக எதிர்ப்பு தெரிவித்து அங்கிருந்து வெளியேறி இருக்கிறார். மிகமிகத் தனிமையான மனிதர். குடிப்பழக்கம் கிடையாது. அவருடைய பங்காளிகளில் ஒரு மனைவியோடு வாழ்ந்தவர் காத்தவராயன் ஒருவர்தான். முத்தம்மா கிழவிக்கு மட்டும் அவரைப் பிடிக்காது. செல்வராஜின் அப்பா முருகையன் காத்தவராயனின் இரண்டாவது மகன். எல்லா வகையிலும் காத்தவராயனை உரித்து வைத்தவர் என ஊர் நம்பிற்று, அவர் ஐந்து ரூபாய் கள்ள நோட்டு வழக்கில் சிறை செல்லும் வரை. குடியோ ஊதாரித்தனமோ பெண் பழக்கமோ முருகையனிடம் கிடையாது. ஆனால் காத்தவராயன் சிறு வயது முதலே அவரை வெறுத்தார்.

அவரால் கட்டுப்படுத்த முடியாத, கண்டிக்க முடியாத ஒன்று முருகையனிடம் எப்போதும் இருந்தது. நெருங்க முடியாத மௌனத்தைத் தன்னைச் சுற்றி எப்போதும் காப்பு வளையமாக வைத்திருந்தார் முருகையன். அஞ்சம்மாவைத் திருமணம் செய்தது கூட காத்தவராயனின் விருப்பப்படி அல்ல. அஞ்சம்மா தாலி கட்டிக் கொண்டவள் இல்லை.

'பாவி, கொலம் நாசமா போயிடுண்டா. சந்ததில மண்ணள்ளி போட்டுடாதடா.' முதலும் கடைசியுமாகப் புலம்பியவாறே உயிர் துறந்தார் காத்தவராயன். அன்று முதல் தூங்கும்போது அவருடைய ராணுவ உடுப்பைஅருகில் வைத்திருப்பான் செல்வராஜ். முருகையன் ஊரில் முக்கியமானவர் எனும் நிலையிலிருந்து முதன்மையானவர் எனும் நிலையை எய்தினார். பாண்டவனூரில் பண்ணையின் நிலங்களைக் கவனித்து வரும் கூலிகள் மட்டுமே குடில் கட்டி வாழ்ந்தபோது காத்தவராயன் ஊர்ப் பிரச்சினையால் பாண்டவனூரில் குடியேறினார். ராணுவத்தில் கிடைத்த பணமும் அவருடைய அப்பா வாங்கி வைத்திருந்த சில மாடுகளும் துணையிருந்ததால் தனியே நிலம் வாங்கி வீடு கட்டினார். கடன் சுமை ஏறியபோதும் அன்றைய ஊர் காணியக்காரரைப் போல வைக்கோல் வேய்ந்த வீட்டினைக் கட்டினார். முருகையன் தலையெடுத்த காலத்தில்இருவகையான தடைகளை அவர் எதிர்கொண்டார். ஒன்று சமகாலத்தவர்களளான பிற சாதிக்காரர்கள். மற்றொன்று பூர்வீகப் பெருமை பேசும் அவர் அப்பா காலத்து ஆட்கள். காத்தவராயன் இறந்த பிறகு அவருக்குத் தடைகள் ஏதும் இருக்கவில்லை. இரண்டு வகையினரையும் தூக்கி எறியும் விதமாக அன்று வளர்ந்து வந்த திராவிடக் கட்சிகளிடம் ஒட்டிக் கொண்டார்.

ஊர்ப் பஞ்சாயத்துகளில் கட்சிப் பிரமுகர் என்ற பெயர் இன்னொரு அடையாளத்தை அவருக்கு ஏற்படுத்தியது. கொடிக்கால் பாளையத்தில் இருந்து குடியேறிய பாய்களிடமிருந்து நிலங்களை சாகுபடிக்கு எடுக்கத் தொடங்கினார். அஞ்சம்மா இரண்டாவது பிரசவத்தில் இறந்ததும் அப்போதுதான். அவள் இறந்த பிறகு செல்வராஜ் தாத்தாவின் உடுப்பினைப் போட்டபடிதான் தூங்குவான்.

செல்வராஜ் மீண்டும் வீட்டுக்குள் ஓடினான். பெரிய வீடு என்றாலும் ஆட்கள் நெருக்கி அடைத்து நின்றதால் அவனுக்கு மூச்சு முட்டியது. பெண் அவனுக்குத் தெரிந்தவள்தான். ஒரு

வகையில் அவனுக்கு முறைப்பெண். அவன் அம்மாவின் மடியில் ஆடையற்றவனாக அவன் அமர்ந்திருக்க அந்தப் பெண்ணும் தாத்தாவும் இருபுறமும் நின்றிருக்கும் ஒரு புகைப்படம் அவனிடம் இருந்தது. முருகையனின் முகம் என்றும் போல் சலனமில்லாமல் கோவில் சிலை போல அப்போதும் இருந்தது.

மறுநாள் அப்பாவின் மனைவியாகி விட்டிருந்த அந்தப் பெண் கையில் தேநீருடன் மாட்டுக் கொட்டிலில் தூங்கிப் போயிருந்த செல்வராஜை வந்து எழுப்பினாள். ஒரு நொடி எழுந்து ஒன்றும் புரியாமல் பார்த்தவன் 'வேண்டாம்' எனத் தலையசைத்தான்.

'நைட்டு ஒன்னும் திங்காம படுத்துட்ட ராசு. பல்ல அளம்பி கிட்டு டீத்தண்ணிய குடி' என்றாள் கனிவுடன்.

'சுந்தரி' என முருகையனின் குரல் கேட்டது.

'குடிச்சிரு' என கெஞ்சுவது போல் கேட்டுக்கொண்டு எழுந்து சென்றாள்.

தேநீர் மாலை வரை எடுக்கப்படாமல் மாட்டுக் கொட்டிலில் இருந்தது.

13

ஒளிர்நிழல் வெளியீட்டு நிகழ்ச்சியில் எழுத்தாளர் ஜெயகுமாரின் உரை.

அவையினருக்கு வணக்கம்

பொழுதுபோக்கு எழுத்தின் வீச்சு குறைந்து தீவிர இலக்கியப் படைப்புகளின் மீது கவனம் குவியத் தொடங்கியிருக்கும் காலம் இது. பொழுதுபோக்கு எழுத்தின் பிரதான அம்சமாக அது அளிக்கும் தகவல் கிளர்ச்சியைச் சொல்லலாம். இணையத்தின் பரவலாக்கத்திற்குப் பிறகு வணிக நோக்கத்துடன் எழுதுபவர் களுக்குத் தகவல் பஞ்சம் ஏற்படத் தொடங்கியது. பரவசமான தகவல்களை தொலைக்காட்சிகளும் அலைபேசியில் செயலி களுமே கொடுக்கத் தொடங்கிவிட்ட பிறகு எழுத்தும் வாசிப்பும் ஒரு அறிவுச் செயல்பாடு என்பது பொது வெளியில் புலப்படத் தொடங்கி இருக்கிறது. அந்தரங்கமாகத் தீண்டும் வகை எழுத்துக்களும், பெரும் விவாதங்களைத் தன்னுள் உள்ளடக்கிய படைப்புகளும், நுண்தகவல்களால் சித்திரிக்கப்பட்டு உக்கிரமான வாழ்வனுபவங்களை ஏற்படுத்தும் படைப்புகளும், இலக்கிய உலகில் மட்டுமல்லாமல் பொது வெளியிலும் பேசப்படுகின்றன. ஜெயகாந்தனின் 'ஒரு மனிதன் ஒரு வீடு ஒரு உலகம்' நாவலை இந்த வரிசையில் சொல்லத் தெரிந்தவர்களே குறைவாக இருப்பார்கள். இருந்தும் அந்த நாவல் பொது வெளியில் பேசப்படுகிறது. டால்ஸ்டாயின் 'போரும் வாழ்வும்' பத்தாயிரம் தமிழர்களால் கூடப் படிக்கப்பட்டிருக்காது. ஆனாலும் அதன் பெயரை அனைவரும் அறிந்து வைத்திருக்கிறார்கள். நவீன இலக்கியத்தின் பரவலாக்கம் தமிழ்ச் சூழலில் நடப்பதை உணர முடிகிறது. மூத்த எழுத்தாளரான லா.ச.ராவின் நூற்றாண்டு இது. இள வயதில் அவருடைய 'புத்ர'எனும் முதல் நாவல்

முயற்சியைப் படித்துவிட்டு விவாதிக்க ஆள் கிடைக்காமல் அலைந்திருக்கிறேன். புதுமைப்பித்தன், க.நா.சு, மௌனி, ஜி.நாகராஜன் போன்ற பெயர்களை அறிந்தவர்கள் கண்ணில் படுவார்களா என ஏங்கியிருக்கிறேன். அப்படியே சிலரைச் சந்தித்தாலும் அவர்களுக்கு சந்திப்பவர்கள் கொடுக்கும் இடம் என்னை மேலும் அயர்வுறவே செய்யும். ஆனால் கடந்த பத்தாண்டுகளில் ஜி.நாகராஜனும் லா.ச.ராவும் சி.சு.செல்லப்பாவும் ஆ.மாதவனும் மீண்டும் படிக்கப்படுகிறார்கள். அவர்களுடைய நூல்களை விவாதிக்கும் இலக்கியக் கூட்டங்களிலும் மறுபதிப்பு செய்யப்பட்ட அவர்களது நூல்களின் வெளியீட்டு விழாக்களிலும் கலந்து கொள்ள முடிகிறது. அது போன்ற சமயங்களில் மனதில் ஒரு நெகிழ்ச்சி பரவும். அப்படைப்பாளிகள் நம்முடன் இல்லையெனும் சிறு வேதனையும் மனதில் எழும்.

ஆனால் இது ஒரு வித்தியாசமான மேடை. நெகிழ்ச்சி இல்லாமல் வேதனை மட்டும் எஞ்சியிருக்கும் மேடை. இந்த நூலுடன் என்னை அணுகிய இந்நூலாசிரியரின் நெருங்கிய நண்பர்கள் சிலர் அவர் என்னுடைய தீவிர வாசகர் என்றனர். அவர் என் நாவல்கள் குறித்து எழுதிய சில வாசிப்பனுபவக் குறிப்புகளை என்னிடம் காட்டினார்கள். மேலும் அவர் 'ஒளிர்நிழல்' எனும் நாவல் எழுதி இருப்பதாகவும் அதற்கு நான் மதிப்புரை எழுதவேண்டும் என்றும் கோரினர். சுரேஷ் இப்போது உயிரோடில்லை என்றும் இணைத்துக் கொண்டனர். அச்செய்தி என்னை அதிர்ச்சியுரவே செய்தது. இலக்கியவாதியாக ஒரு சிறு இழப்புணர்வு கூட ஏற்பட்டது. இந்நூலைப் படித்துவிட்டு மதிப்புரை எழுதுவதற்கு நான் மறுத்துவிட்டேன். அம்மறுப்பினால் என்னை ஈவு இரக்க மில்லாதவன், அகங்காரம் பிடித்தவன் என வசை பாடுவார்கள் என்றே எண்ணினேன். ஆனால் நூலைப் பதிப்பித்து அதன் வெளியீட்டு விழாவுக்கு என்னை அழைப்பார்கள் என எண்ணவில்லை. அந்த நாகரிகத்தை என்னால் மறுக்க முடியவில்லை. மற்றபடி தமிழில் என் நிலையில் உள்ள ஒரு முன்னணி எழுத்தாளன் மதிப்புரை எழுதும் தகுதியை இந்த நூல் பெறவில்லை என்பதில் எனக்கு எந்த மாற்றுக் கருத்தும் இல்லை.

மாற்றுப் பொருளியல் சிந்தனைகளும் மையமற்ற அதிகார உருவாக்கம் குறித்த விவாதங்களும் வலுப்பெற்று வரும் சூழலில் சமூகத்தின் ஒவ்வொரு மூலையில் இருந்து எழுந்து வரும் குரலும் முக்கியத்துவம் பெறுகிறது. அவ்வகையில் இந்த நாவலும் ஒரு முக்கியமான தளத்தைத் தொடுகிறது. தலித்தியம், பெண்ணியம், சூழலியம் எனத் தனித்தனியே பொதுமைப்படுத்தப்பட்ட

விவாதங்களைக் கடந்து அவ்விவாதங்களுக்குள் இருக்கும் உள் முரண்களையும் பொதுமைப்படுத்தல் சிக்கல்களையும் ஆராயும் போக்கு ஆரோக்கியமானதே. அவ்விதத்தில் எழுத்தாளர் இமையம் தலித்துகள் என்ற பொதுமைப்படுத்தலில் இருந்த உள் முரண்களைப் பாவனைகளின்றி தன் படைப்புகளின் வழியே முன்வைத்தார். அவ்வரிசையில் வரக்கூடிய ஒரு தரம் குறைந்த படைப்பாக 'ஒளிர்நிழ'லைச் சொல்ல முடியும். பண்டைய இந்தியாவில் தலித்துக்கள் கொடுமைப்படுத்தப்பட்டனர் என்ற ஒற்றை வரியைக் கடந்து, யார் தலித் என்ற கேள்வியை எழுப்ப முயல்கிறது இப்படைப்பு. ஆனால் அதனை ஒரு வரலாற்று அறிவற்ற, சமுகப் பிரக்ஞையற்ற தளத்தில் செய்ய முயல்வதே இதனை வலுவற்ற படைப்பாக மாற்றுகிறது. எதிர்சாத்தியங்கள் என்றொரு கட்டுரை இடையில் செருகப்பட்டிருப்பது எதை உணர்த்துவதற்காக என்று எனக்குப் புரியவில்லை.

நாவலில் காலத்தை முன் பின் நகர்த்துவது ஒரு முக்கியமான உத்தி. உதிரிச் சம்பவங்களாகச் சொல்லிச் செல்வது, ஒவ்வொரு அத்தியாயத்தையும் ஒரு சிறுகதையின் கச்சிதத்துடன் சொல்ல நினைப்பது போன்ற உத்திகளால் நிறைந்திருக்கிறது இப்படைப்பு. இருபது வயதைக் கடந்த ஒரு இளைஞன் எதார்த்தம் என அவன் கண் முன் நிற்கும் உலகைக் கண்டு அடைந்த அதிர்ச்சி களையும் அருவருப்புகளையும் தன்னகத்தே கொண்டிருக்கிறது. உதாரணமாக ஓரிடத்தில் அறையில் அமர்ந்து சக்தி சத்தமாக தொலைபேசியில் சிரித்துக்கொண்டு உரையாடுகிறான்.

'அடிவயிற்றிலிருந்து தொண்டை வரை உள்ளுக்குள் பிளேடு களைப் பொருத்தி அறுப்பது போல குணா அப்போது உணர்ந்தான்' என்ற வரி வருகிறது. தனிப்பட்ட முறையில் என்னை பாதித்த வரி அது. சுரேஷின் வயதில் நானும் அப்படி பிறனைத் தாங்கிக் கொள்ள முடியாதவனாகவே இருந்தேன். என் சக எழுத்தாளர் களும் நான் அறிந்த இலக்கிய மேதைகள் பலரும் அறிவின்மையை, சத்தத்தை, மிகையுணர்ச்சிகளைத் தாங்கிக் கொள்ள முடியாதவர்களாகவே இருந்திருக்கின்றனர். சுரேஷும் அப்படி வர அனைத்துச் சாத்தியங்களும் கொண்ட படைப்பாளிதான்.

மற்றபடி நாவலின் உள்ளடக்கத்தைக் குறித்து நான் ஏதும் சொல்ல விரும்பவில்லை. மேலும் உயிரை மாய்த்துக் கொள்ளுதல் எந்தப் பிரச்சினைக்கும் தீர்வாகி விடாது என்ற சம்பிரதாய வரியைச் சொல்லி என் உரையை நிறைவு செய்வது வருத்தமாகவே இருக்கிறது.

நன்றி

14

பாண்டவை ஒரு நதி என்பதை சுந்தரத்தால் நம்பவே முடிந்ததில்லை. மணற்பரப்பு செதில் செதிலாக வளைந்து வளைந்து நீண்டு செல்லும். ஆற்றோரம் மதிய வேளைகளில் செல்லும்போது கண்ணைக் கூசச் செய்யும். நாணல் குத்துகளைச் சூழ்ந்து அள்ளிக் குவித்தது போல மணல் ஏறி இருக்கும். சில இடங்களில் சாலை அளவுக்கே ஆறு மேலோங்கி இருக்கும். சில இடங்களில் உறங்கும் மிருகமென வெகு ஆழத்தில் மூச்சு விடும். புது வெள்ளம் வரும் சில நாட்கள் கொட்டித் தீர்க்கும் மழை நாட்களைத் தவிர்த்து விட்டால் பாண்டவையின் உடல் பெரும் பாலும் நீரின்றியே கிடக்கும். தண்ணீர் நிறைந்து நகரும் பாண்டவை ஒசையற்றது. அச்சமூட்டக்கூடியது. இரவுகளில் இருண்ட தரையென்றே தோற்றம் தரும். வருடத்திற்கு ஒரு உயிரையாவது பாண்டவை எடுக்காமல் விட்டதில்லை என எண்ணிக் கொண்டார் அவர். நீரற்ற பாண்டவையில் ஒலிகள் எப்போதும் நிறைந்திருக்கும். முழு நிலவின் இரவுகளில் வந்து படுத்திருக்கும்போது தன்னுள் கொஞ்சம் நீரை வைத்திருப்பதால் பாண்டவையில் வெக்கை இருக்காது. பின்னிரவில் குளிரவும் தொடங்கி விடும்.

பட்டுக்கோட்டையில் கரிசலையும் கரிசல் நிலத்தை ஒட்டிப் பாயும் ஆறுகளையுமே பார்த்து வளர்ந்தவர். சதுப்பும் களிமண்ணும் நிறைந்த ஆறுகள் மட்டுமே அவர் பார்த்திருந்தவை. அந்த ஆறுகள் அவருக்கு ஒரு வித நெருக்கத்தைக் கூடக்

கொடுத்திருக்கின்றன. பாண்டவை சீனியை அள்ளிக் கொட்டியது போன்ற நதி.

அவர் வீட்டில் ஒரு கான்க்ரீட் தளம் போடப்பட்டு நீச்சல் குளம் கட்டுவதற்கான ஏற்பாடு நடந்து கொண்டிருந்ததை அவரால் நினைவுகூர முடிந்தது. ராஜகோபாலத் தேவரின் பெயருடனே அவர் அடையாளம் காணப்பட்டார். பட்டுக்கோட்டையில் ஒரு பெட்ரோல் பங்கில் வேலை பார்த்தபோது சிலர் அனுதாபமாகவும் பலர் ஏளனமாகவும் மீண்டும் மீண்டும் அதை நினைவுறுத்தினர்.

'அதெல்லாம் ஒரு காலம் தம்பி.'

'விதின்னு ஒண்ணு இருக்குல்ல.'

'இருந்தாலும் தேவரு கொஞ்ச ஆட்டமா ஆடினாரு.'

'ஒத்த ஆள பீமசேனன் மாதிரி நின்னுல்ல குடும்பத்த தாங்கினான்.'

'புள்ளியலுக்குதான் தெறம பத்தல.'

எத்தனை சொற்களை கேட்டாயிற்று. சிவகாமி இறந்த பிறகு சந்திரசேகரையும் வசுமதியையும் அழைத்துக்கொண்டு தஞ்சாவூர் சென்றுவிட்டார். சந்திரசேகரிடம் தாத்தாவின் குணம் சிறு வயது முதலே மிஞ்சி இருந்தது. எதெற்கெடுத்தாலும் கை நீட்டினான். எங்கும் பொறுத்துப் போக முடியாதவனாய் இருந்தான். சுந்தரத்தை அருவருப்புடன் மட்டுமே அவனால் பார்க்க முடிந்தது.

வசுமதி பத்து வயது முதலே சமைக்கத் தொடங்கிவிட்டாள். சந்திரசேகர் அவளைவிட ஏழு வயது மூத்தவன். இருந்தும் ஒரு அன்னையின் தன்மை அவளிடம் வெளிப்படும். கூச்சமும் அருவருப்புமாக சந்திரசேகர் அவள் பேச்சை கேட்டுக் கொள்வான்.

'இஞ்சேருண்ணே, உனக்கு பிடிக்கலைன்னா அப்பாட்ட பேசாத. சும்மா பாக்குறப்பவெல்லாம் ஏதோ கொல பண்ணுன மனசுன மாதிரியே அவர பாக்காத. அந்த மனுசன் எவ்வளவு புழுங்கிப் போறாருன்னு எனக்குதான் தெரியும்.'

'பேசாம இருடி' என்பான். அவள் தன்னைக் கேட்பது சந்திரசேகருக்குப் பொறுத்துக் கொள்ள முடியாததாக இருந்தது.

சந்திரசேகர் நண்பர்களின் உதவியால் துபாய் செல்வதற்கு ஏற்பாடு செய்து கொண்டான். பணக் கஷ்டம் தீரத் தொடங்கியதும் மகனின் சம்பாத்தியத்தில் உட்கார்ந்து சாப்பிடப் பிடிக்காமல் சில சில்லரை வேலைகளைச் செய்து வந்தார் சுந்தரம். பாண்டவனூருக்கும் அப்படித்தான் வந்தார். அந்த ஊர் அவரை இழுத்துத் தன்னுள் வைத்துக் கொண்டது.

'ராஜோபாலு ரத்தத்த அப்படி உட்டுருவமா சுந்தரம். இந்த புள்ளைய ஒருத்தன் கையில புடிச்சு குடுக்குர வரைக்கும்நீ இங்கினயே கெடந்துக்க' என்றார் பாண்டவனூரில் காண்டிராக்ட் வேலைகளை எடுத்து செய்யும் கண்ணன். வசுமதிக்கும் பாண்டவனூர் பிடித்துப் போய் விட்டது. இரவுகளில் சுந்தரம் பாண்டவையாற்றுக்கு வந்து விடுவார். பெரும்பாலும் பாதி ஆறு நீரோட்டம் இல்லாமல் வெறித்துக் கிடக்கும். ஐந்து வருடங்களில் பாண்டவையின் முகம் கிழவியினுடையது போல மாறிவிட் து. எங்கு பார்த்தாலும் பளபளப்பும் கவர்ச்சியும் மின்னும் பாண்டவையின் சருமத்தில் மணல் அதிகமாக எடுக்கப்பட்டதால் ஆழமான குழிகள் விழுந்து ஆபாசமாக மாறியிருந்தது. இரவுகளில் மணல் அள்ளும் தடம் தெளிவாகத் தெரிந்தது. பெரும்பாலும் தாழ்த்தப்பட்ட சாதிப் பசங்களின் கோடைச் செலவை பார்த்துக் கொள்வது பாண்டவைதான். வசுமதியின் நினைவெழுந்தது. அவளுக்குப் படிப்பும் பெரிதாக ஏறவில்லை. வயதும் இருபத்தைந்தை நெருங்கி இருந்தது. மற்ற சாதிப் பையன்களின் பார்வையும் சீண்டலும் கண்டு சுருங்கிப் போனார் சுந்தரம்.

'நீ விடுண்ணே. எச்சி பொறுக்கி நாயிங்க. நம்ப பயளுவோ இனிமே பாத்துப்பானுங்க' என்றார் கண்ணன். மறுநாள் முதல் வீட்டைச் சுற்றி சுந்தரத்தை 'மாமா சித்தப்பா' என அழைக்கும் சில பையன்கள் நடமாடத் தொடங்கினர். சுந்தரத்திற்கு சற்று ஆசுவாசம் ஏற்பட்டது. மாலையில் வசுமதியைப் பார்த்துக் கொண்டிருப்பதற்கு தாளாமல் பாண்டவையில் நடக்க வந்துவிடுவார். பாண்டவை இருள்வதே கிடையாது. இருண்டு ஊர் சந்தடி அடங்கும் வேளைகளில் சூழல் மட்டும் நிறம் மாறும். காட்டாமணக்குப் புதர்களுக்குள் நீர் நாய்களின் சலசலப்பு கேட்கத் தொடங்கும். இரவில் மீன் குத்துபவர்கள் ஒரு கையில் வாளும் மறுகையில் டார்ச்லைட்டுமாக நடமாடுவார்கள். அலைபேசியிலும் மடிக்கணினியிலும் ஆபாசப் படம் பார்ப்பவர்களும் தொதலிகளோடு பேசுபவர்களும் வந்து அமர்ந்திருப்பார்கள்.

அபூர்வமாகச் சில பையன்கள் படிக்கவும் வந்து அமர்வதுண்டு. குணாவை அப்படி பலமுறை அங்கு பார்த்திருக்கிறார். அன்றும் ஏதோ படித்தபடி அமர்ந்திருந்தான். குணாவின் அம்மா அம்சவள்ளிக்கு அவர் மேல் தனி மரியாதை உண்டு. அவளுடைய தாத்தா ராஜகோபாலத் தேவரின் பண்ணையில் வேலை பார்த்தவராம்.

முழு நிலவில் மொத்த பாண்டவையில் நீர் எஞ்சியிருந்த பகுதி இளநீலத்தில் மின்னியது. சுந்தரம் வீட்டில் வந்து படுத்தார். சந்திரசேகர் அவரைப் பார்க்க வருவதே இல்லை. வசுமதியும் முன்பு போல அவரிடம் பேசுவது கிடையாது. சிவகாமியின் நினைவெழுந்தது. அவள் உறங்குவது சிவகாமியை நினைவுறுத்தியது. ஆனால் வசுமதியை விட அவள் அழகு. அழகு என்பதை விட வனப்பு என்பதே சரியாக இருக்கும். பழுதற்ற அவள் உடலைக் காணும் போதெல்லாம் பொறாமையும் ஆங்காரமும் பொங்கும். சேலை கட்டியிருக்கும்போது அவள் சற்றே பருத்தவள் போல் தெரிவாள். ஆடையில்லாதபோது அவள் எவ்வளவு மெலிந்தவள் எனத் தெரியும். அந்த கவர்ச்சிக்காகவே அவள் உடைகளை முழுமையாக களைவதை சுந்தரம் விரும்புவார். எத்தனையோ இரவுகள் பட்டினியாய்க் கிடந்த போது அவள் உடல் மட்டும்தான் அவருக்கு ஆறுதல் அளித்தது. அவளும் ஒருமுறை கூடச் சலித்துக் கொண்டது கிடையாது. சில சமயங்களில் தன்னிரக்கம் மேலிட அவளைப் புண்படுத்தத் தொடங்குவார்.

'இந்த உடம்ப வெச்சிகிட்டு எங்கூட கெடந்து கஷ்டப்படணுமா நீ?' என்பார் தன்னை வதைத்துக் கொள்வதற்காக. சிவகாமி மெலிதாக விசும்புவாள். ஒரு வார்த்தையும் பேச மாட்டாள். அந்த விசும்பலுக்கு என்ன அர்த்தம்? அவரால் ஊகிக்கவே முடியாது.

'இப்ப எதுக்கு அழுது காட்ற. சேகருக்கு ஒருவேள சோறு போட கூட எனக்கு வக்கில்ல. நீ நெனச்சா அவன எங்கியோ கொண்டு போயிடலாம். ரோடு காண்டிராக்டர் நீ உம்னு ஒரு வார்த்த சொன்னா போதும். அப்படியே தங்கத்திலேயே எளச்சிடுவான் உன்ன' என்பார். அவள் மேலும் அழுதபடி எழுந்து செல்வாள். சுந்தரம் மிகுந்த ஏமாற்றமாக உணர்வார்.

'இல்லிங்க, கஞ்சி குடிச்சாலும் அதுவும் கெடைக்காம செத்தாலும் உங்கள விட்டு போகமாட்டேன்' எனச் சொல்லித் தன்னை அணைத்துக் கொள்ள வேண்டுமெனத் தான் விரும்புவது

அவருக்கு நினைவு வரும். எவ்வளவு தாழ்ந்து போய்விட்டோம் என எண்ணி தன்னிரக்கம் நெஞ்சை அழுத்த 'ஏட்டி' என்பார். குரல் தழுதழுத்துப் போயிருக்கும். சிவகாமி ஓடிவந்து அணைத்துக் கொண்டு அழுவாள். மீண்டும் ஒரு உணர்ச்சிகரமான புணர்வு. ஆனால் ஒருமுறை கூட அவளை வென்று அடைய முடிந்ததில்லை என்பது அவருக்கு வேதனை அளித்துக் கொண்டிருந்தது. வசுமதியை கருவுற்றிருந்த போது சிவகாமியின் உடல்நிலை மோசமானது. அவளுடைய மூச்சு இரவில் வித்தியாசமாகக் கேட்டால் கூட எழுந்து கொள்வார்சுந்தரம். சமைப்பது, சந்திரசேகரைப் பள்ளிக்கு அனுப்புவது, வீட்டு வேலைகளைப் பார்ப்பது என அனைத்தையும் தன் தலையில் சூடிக் கொண்டார். சில இரவுகளில் சிவகாமியின் கரம் அவர் மார்பு மீது படரும்.

'வேண்டாண்டி' என்று அவர் வாய் மட்டும் சொல்லும்.

பிடிவாதமாக உணவு ஊட்டி விடும் அன்னமை போல அவரை எடுத்து தன் மார்பில் புதைத்துக் கொள்வாள். சுந்தரத்திற்கு அதுவும் தோல்வியாகவே தெரிந்தது. தான் அவளுக்குச் செய்யும் அனைத்துக்கும் உடலை அளிப்பதன் வழியாக ஈடு செய்ய முனைகிறாள் என எண்ணிப் புழுங்குவார்.

தான் எதிர்பார்ப்பது என்ன? தனக்கென அவள் விழிகளில் இருந்து வழியும் ஒரு துளிக் கண்ணீர். தன்னை உயர்வானவனாக எண்ணி அவள் சிந்தும் ஒரு துளிக் கண்ணீர் போதும். ஆனால் இறுதி வரை அதை சிவகாமி தரவேயில்லை. வசுமதியைப் பிரசவித்துவிட்டு இறந்துவிட்டாள்.

மூன்று மணியைத் தாண்டி இருந்தது. விடியவில்லை. மழை வருவதற்கான அறிகுறிகள் தெரிந்தன. பெருமூச்சுடன் எழுந்து பாண்டவையில் நடந்தார். நாணல் புதர்களில் ஏதோ சத்தம் கேட்டது. வழக்கமாகவரும் ஒலிதான். சில மூலிகளும் சோற்றுக்கு வழியற்ற குடும்பப் பெண்களும் பாண்டவையின் கரைகளில் ஒதுங்குவது வழக்கம். ஆனால் விடியும் வேளையில் அப்படி ஏதும் நடக்காது. சுந்தரத்திற்கு ஏனோ அன்று அதனைப் பார்க்கும் ஆவல் எழுந்தது. புதர் மறைவில் வசுமதியைக் கீழே கிடத்தி அவர் வீட்டிற்கு காவல் நிற்கும் பையன்களில் மீசை முளைக்காத இளையவன் ஒருவன் புணர்ந்து கொண்டிருந்தான். அவள் சிரித்துக் கொண்டிருந்தாள். அந்தச் சத்தத்தை வெளித் தெரியாததாக ஆக்கும் விதத்தில் இன்னொருவன் அவள் வாயில் முத்தமிட்டான். மூவரின் உடலிலும் உடை ஏதும்

இருக்கவில்லை. முத்தமிட்டவனை மணல் அள்ளும் போது சுந்தரம் பார்த்திருக்கிறார்.

சுந்தரம் மூச்சை இறுக்கிக் கொண்டார். கண்ணன் காண்டிராக்ட் எடுத்திருந்த கட்டடங்களுக்குவாட்ச்மேனாகவும் வேலை பார்த்து வந்தார். அவ்வருடம் பாண்டவனூர் பள்ளி காண்டிராக்ட் வேலைகள் நடந்து கொண்டிருந்தன. அவர் தன்னை திருப்தியாக உணர்வது அவ்வேடத்தில்தான். ஒரு மஞ்சள் நிற உடை வயல் பொம்மை போல. மாணவர்கள் அவரைக் கோமாளி, பைத்தியம் என எப்படி எல்லாமோ அழைப்பார்கள். அவரும் அந்த உடையை அணிந்தால் மட்டும் கெட்ட வார்த்தைகளில் சரமாரியாக எல்லோரையும் திட்டுவார். அந்த வேடத்தை இப்போது அணிந்து கொண்டிருந்தார். வசுமதி வீட்டிற்குள் நுழைந்தாள்.

'எங்க போன?'

'கார்த்தி அம்மா பால் கறந்து தரச் சொன்னாங்க' என்றாள். தெளிவான குரல். ஒரு நிமிடம் தான் கண்டது வெறும் பொய், மரப்பிரம்மை என்று எண்ணி மனதில் நிம்மதி கூடப் பரவத் தொடங்கியது. ஆனால் ஆடியில் தெரிந்த அவர் முகத்தை ஒரு கணத்திற்கும் குறைவான நேரம் வசுமதி திரும்பிப் பார்த்ததும் மொத்த உடல் எடையும் இறங்கி விட்டது. பள்ளியில் போய் உட்கார்ந்தார். முதலில் அவளை விட்டுவிட்டு அப்படியே ஓடிவிடும் எண்ணம்தான் எழுந்தது. குணா சிரிப்பும் பதற்றமுமாகப் புதிதாக போட்டிருந்த ரூஃபில் ஏறினான். சுந்தரம் கயிற்றை மாட்டித் தொங்கிய போது குணா மேலே 'ஜிங்ஜிங்' என குதித்துக் கொண்டிருப்பதை தன் உடலில் உணர்ந்தார்.

௫

முருகையன் இரண்டு பாலிதீன் பைகளில் காத்தன் சந்நிதியில் இருந்து மணல் அள்ளிக்கொண்டு செல்வதை அம்சவள்ளி திண்ணையில் இருந்து உறைந்து போனவளாகப் பார்த்து நின்றாள். உலுக்கப்பட்ட பாத்திரமென அவள் கண்கள் அலுங்கி வழிந்தன. முருகையன் அவளைப் பெண் பார்பதற்கென அவள் வீட்டிற்கு வந்த முதல் நாள் அவள் நினைவிற்கு வந்தது.

பொங்கல் முடிந்து சில நாட்கள் கடந்திருந்தன. விழா முடிந்த வெறுமையும் ஆங்காரமும் இரவாச்சேரி முழுவதிலும் நிறைந்து வழிந்து கொண்டிருந்தது. பண்டிகைகள் வருவதற்கு பல நாள் முன்பே அதைச் சொல்லிக் கனப்பேற்றிக் கொள்வார்கள். யார் பேசத் தொடங்கினாலும் 'நல்ல நாளும் அதுமா', 'ராத்திரி வெரசா வந்திருங்கய்யா பண்டிக கெழமையா இருக்கு. கடத்தெருல கூட்டந்தாங்காது', 'வுட்றி எப்பவுமா கேக்குதுவோ பொங்கலும் அதுவுமா புள்ளிங்கள திட்டாத' என அவர்கள் பேசிக் கொள்வதை கேட்டால் அன்றைய தினம்தான் பண்டிகை என்று எண்ணம் ஏற்பட்டுவிடும். ஆனால் அவர்கள் மார்கழி பிறக்காத போதே அப்படி உரையாடத் தொடங்கி இருப்பார்கள். தை முடிந்த பின்னும் பேசிக் கொண்டிருப்பார்கள். அறுப்பு முடிந்திருப்பதால் தை மாதத்தில் செய்வதற்கு வேறு வேலையும் இருக்காது. நெல் களத்திற்கு வரும் நாட்களில்தான் பெரிய வீட்டு சம்மந்தங்கள் பேசி முடிக்கப்படும். பெண் வீட்டாரின் கொள்ளைப்புறத்தில் வைக்கோல் பிரியால் சுற்றப்பட்டு மோர்க் களையங்கள் போல்

நெற் சேறுகள் உயர்ந்து நிற்கும். நெற் கோட்டைகளில் பனி பெய்து சலித்து வழிந்து கொண்டிருக்கும். வீட்டின் பெண்கள் எழுவதற்கு முன்பு குழந்தைகள் கோட்டைகளில் ஏறி வழுக்கி விளையாடும்.

அம்சவள்ளி அன்று டீக்கடையில் காலை வியாபாரத்தை முடித்துக் கொண்டு வீட்டுக்குத் திரும்பியபோதுதான் முதல் முறையாக முருகையனைக் கண்டாள். துயர் மனதை மண்டத் தொடங்கியது. அவளுக்கு நேர் மூத்தவளான மங்கலவள்ளி மணமுடித்து அனுப்பப்பட்டது முதலே உள்ளே குத்திக்கொண்டு இருந்தது தான். தனக்கே சொல்லிக் கொள்ளாமல் தள்ளிப் போட்டபடியே இருந்தாள்.

'என்ன அம்சா, அடுத்து பந்தக்கால் உங்கல்யாணத்துக்குத் தான்' என்பவர்களுக்கு எதிர்வினை கூட ஆற்றாமல் கடந்து செல்வாள். மேலும் மேலும் தன்னைச் சிறுமி ஆக்கிக் கொள்ள வேண்டியதற்கான அத்தனையும் செய்வாள். பெரியண்ணனுடன் சண்டை பிடிப்பாள். கூட்டாஞ்சோறுகளில் மண் அள்ளிப் போடுவாள். குடி தண்ணீர் தூக்கவும் சேற்று மீன் குழம்பு வைக்கவும் மறுப்பாள். வைக்கோல் பிரி முடிவதற்கு முறுக்கிக் கொள்வாள். ஒரு நேரத்தில் ஏன் இவற்றைச் செய்து கொண்டிருக்கிறோம் என்ற பிரக்ஞையே அவளுக்குத் தவறிப் போனது. முருகையன் பெரியண்ணனுடன் பேசிக் கொண்டிருப்பதை கண்டதுமே அவள் மனம் ஊகித்துக் கொண்டிருந்தது.

'அம்சா டீ கொண்டா' என்றார் பெரியண்ணன். வழிந்த வியர்வையைக் கூடத் துடைக்காமல் கை பிசுக்குகளைக் கூடக் கழுவாமல் அப்படியே போய்ப் பெரியண்ணன் முன் நின்றாள். அவர் ஒன்றும் சொல்லாமல் அவளைத் திருப்பி அனுப்பி விட்டார். முருகையனின் முகம் மலர்ந்ததை எண்ணியபோது அவளுக்கு மனம் கூசியது.

'வடுவத்தான் கருப்பட்டி போட்டு களி கிண்டுதுடி, நீ வாரியா' என்றவாறே அவளைவிடச் சிறியவளான மல்லிகா அவள் கையைத் தொட்டாள்.

பளார் என்று அவள் அறைந்த சத்தத்தைக் கேட்ட அவள் வீட்டு நாய் மணி ஒரு நொடி குரைப்பதை நிறுத்தியது.

'ஓடுகாளி முண்ட. யாரப் பாத்துடி அவ இவங்கிற. நீ என்ன எங்கூட்டுல ஓக்க போட்டு வடிக்கிறவளா. டியாமே டி. மயிர

ஆஞ்சிபுடுவேன்ஆஞ்சி. ஓட்றி' என சத்தமாக திட்டினாள். மல்லிகா தேம்பித் தேம்பி அழத் தொடங்கினாள்.

'இங்கேருடி, என்னாத்துக்கிப்ப மூஞ்சில மூத்தரம் உட்டு காட்ற. ஊட்டப் பாக்க போறியா இல்ல குண்டி சத பிஞ்சி போறா மாறி இழுத்துட்டு போவணுமா' என்றாள் அதே உச்சக் குரலில்.

செல்லையனைத் தவிர வீட்டில் அத்தனை பேரும் அம்சவள்ளியை திட்டினர், அடித்தனர். அவள் எதற்கும் மசிவது போலத் தெரியவில்லை.

செல்லையன் 'வற்ற பொதங்கெளம மாப்புள ஆட்டாளுங்க வாறாங்க ஆயி' என்றார். அவள் மூக்கை உறிஞ்சியபடியே 'சரி' என்றாள்.

செல்வராஜைப் பார்த்தபோது இரவாச்சேரிக்காரர்களுக்கு முதலில் ஒரு ஏளனமே எழுந்தது. கருத்து பொலிந்த தேகம், கண்ணாடி போட்ட முகமென செல்வராஜ் போன்றவர்களைப் பட்டணம் போகும்போது மட்டுமே பார்த்திருந்தவர்களுக்கு, தங்கள் ஊர் மாப்பிள்ளையாக வரப் போகிறான் என்பதை ஏற்க முடியவில்லை. அந்த ஏளனத்தை எப்படி வெளிப்படுத்துவது என அவர்கள் ஏங்கிக் கொண்டிருந்தனர். ஒரு பெண்ணைக்கூட நிமிர்ந்து பார்க்க முடியாமல் அவதிப்பட்டுக் கொண்டிருந்தான் செல்வராஜ். முருகையனுடன் அவன் இணைந்து பயணித்ததே கிடையாது. அவர் அருகில் அமர்ந்திருப்பதும் அவனை சங்கடப் படுத்தியது. பெரியண்ணனின் செல்வாக்கு ஊரில் பெரிதாகக் குறைந்திருந்தது. நிறைய செலவு செய்து படிக்க வைத்த பேரப்பிள்ளைகள் குடித்துவிட்டு ஊர் சுற்றத் தொடங்கி விட்டனர். விளைச்சலும் முன்பு போல இல்லை. வாழ்ந்து கெட்ட குடும்பம் எனப் பெயரெடுப்பதற்கு முன் பெண் பிள்ளைகளை நல்ல இடமாகப் பார்த்துத் தள்ளிவிடவேண்டும் என்று அவசரப்பட்டார் பெரியண்ணன். அவருக்குத் தெரிந்த பள்ளர்கள் எல்லோரும் விவசாயத்தைக் கைவிடத் தொடங்கி இருந்தனர். அம்சவள்ளிக்குப் படிப்பும் ஏறவில்லை. நகரத்து வாசிகளான அவருடைய சொந்தங்கள் சிக்காத போது, கட்சியில் செல்வாக்குடன் இருந்த முருகையன் பக்கம் அவர் கவனம் திரும்பியது. பையன் எப்படி இருந்தாலும் பரவாயில்லை என மணம் பேசி முடித்து விட்டார். அவர் பார்த்த மாப்பிள்ளை என்பதால், செல்வராஜை அங்கிருந்த அனைவரை விடவும் அதிகமாக வெறுத்தாலும் ஒன்றும் சொல்ல முடியாமல் அமர்ந்திருந்தார். செல்வராஜும் அதை உணரவே செய்தான்.

தன்னைத் தாழ்த்திக் கொள்ளும்போது மட்டும் அவனுள் கூடும் சமநிலை அவனுக்குக் கை கூடியது. சொந்தக்காரர்கள் கொஞ்சம் கொஞ்சமாகச் சேர்ந்து கொண்டிருந்தனர். கூட்டம் குறைவாக இருந்தபோது இயல்பாகப் பேசிக் கொண்டிருந்தவர்கள், கூட்டம் அதிகரிக்க அதிகரிக்க, தான் மட்டும் தனித்துத் தெரியவேண்டும் என்பதற்காகத் தங்களை மிகையாக வெளிப்படுத்திக் கொள்ளத் தொடங்கினர்.

பெரியண்ணன் சற்றே குரலை உயர்த்தி, 'தம்பி மெட்ராஸ்ல வேல பாக்குறதா அப்பா சொன்னாப்புல. கல்யாணம் முடிச்சி எப்படி தம்பி? பட்டணத்துல இருக்கப் போறியளா, இல்ல ஊரோட வந்துடுற மாதிரியா' என்றார். கேட்டபிறகே அந்தக் கேள்வி அவ்வளவு சத்தமாக கேட்கப்படக் கூடியதல்ல என்று தோன்றியது.

'நீங்க பொண்ணோட அப்பாவா' என்றான் செல்வராஜ்.

'இல்லைய்யா, தாத்தா' என்றார் பெரியண்ணன்.

'அய்யான்னெல்லாம் கூப்பிட வேண்டாம். செல்வராஜ்ன்னே கூப்பிடுங்க' என்றான் குரலில் எந்த உணர்ச்சியும் இல்லாமல். பெரியண்ணன் முதன்முறையாக சமாளிக்க முடியாத ஒருவனிடம் சிக்கிக் கொண்டதைப் போல் உணர்ந்தார். அதன்பிறகு செல்வராஜிடம் அவர் பேச்சுக் கொடுக்கவில்லை.

முகத்தில் தாடி மண்டிய அழுக்கு வேட்டியும் கை பனியனுமாக நடந்து செல்லும்முருகையனை அப்படிப் பார்க்கவே அவள் விழைந்திருந்தாலும் ஏனோ அம்சவள்ளி குற்றம் செய்து விட்டவளைப் போல உணர்ந்தாள். சக்தியின் நெடுநாளைய நச்சரிப்புக்குச் சம்மதித்தாள்.

'நாம திருச்சிலேயே தங்கிடலாம்டா தம்பி.'

16

'இருநூறு வருடங்களுக்கு முன் ஒரு துண்டு இரும்பென்பது வெறும் இரும்பு மட்டும்தான். ஆனால் இன்று அதே இரும்பு இருநூறு கிலோமீட்டர் வேகத்தில் ரோட்டில் நடந்து செல்லும் உங்களைத் தட்டிச் செல்ல வாய்ப்பிருக்கிறது' என்று நான் பேச்சைத் தொடங்கிய போது பாண்டவனூர் திருமண மண்டபத்தில் கூடியிருந்த ஐம்பதுக்கும் குறைவானவர்களில் பாதி பேருடைய முகம் தொய்வடைந்தது. இந்த சக்தி நம்மில் ஒருவனல்ல, நாம் வழிபட வேண்டியவன், சந்தேத்துடன் நோக்க வேண்டியவன், விலகி நடக்க வேண்டியவன் என என்னை முடிவு செய்திருந்தனர்.

இளைய வேங்கைகள் இளைஞர் நற்பணி மன்றம் பதிவெண் 311/ 225 என்று அவர்கள் தங்கள் குழுவை பதிவு செய்திருந்தனர். பாண்டவனூரை விட்டு வெளியேறும் வாய்ப்பற்ற, படிப்பு ஏறாத இளைஞர்கள் சாதிக்கு ஒன்றாக இப்படி குழு ஆரம்பிப்பது பாண்டவனூரைச் சுற்றி எல்லாக் கிராமங்களிலும் நடந்து கொண்டுதான் இருந்தது. ஐநூறு ரூபாய் செலவழித்தால் ஒரு மின் ஊழியர் வந்து அரை மணி நேரத்தில் சரி செய்து விடக்கூடிய மின்மாற்றியில் ஏற்படும் பழுதுகளை, இருபது இருபத்தைந்தை பேர் ஒன்றாகச் சேர்ந்து ஒருநாள் முழுக்க உழைத்து சரிசெய்வது, ஆயிரம் ரூபாய்க்கு சிமெண்ட் வாங்கிக் கொடுத்து ஊர்ப்பள்ளியின் காரைகளைப் பூசச் செய்து அதற்கு இரண்டாயிரத்துக்கு பேனர் வைப்பது என உருப்படாத வேலைகளைச் செய்து பெயரெடுக்க

முயன்று கொண்டிருந்தனர். அதிலிருக்கும் ஒரேயொரு லாபம் அந்த இளைஞர்கள் சாதி ரீதியாக ஒருங்கிணைக்கப்படுகிறார்கள் என்பதே. இளைய வேங்கைகள் நற்பணி மன்றம் பதிவெண் 311/225இதற்கெல்லாம் ஒரு படி மேலே போய், கூட்டங்கள் நடத்துவது, 'அரசியல் விழிப்புணர்வு' ஏற்படுத்துவது, எனச் சற்று தீவிரமான நகைச்சுவைக் காட்சிகளை அரங்கேற்றிக் கொண்டிருந்தது. அதில் நானும் நடிக்க நேரும் என ஏற்கெனவே எதிர்பார்த்திருந்தேன். ஏனெனில் அது என் சாதியினரைப் பெரும்பான்மையாகக் கொண்ட நற்பணி மன்றம். திருச்சியில் இருக்கும் எங்கள் நிறுவனத் தலைமையகத்துக்கு நான் மாற்றப் பட்டதிலிருந்தே என்னை அழைத்துக் கொண்டிருந்தார்கள். குணாவும் அவ்வப்போது அங்கே தென்படுவதாகக் கேள்விப் பட்டிருந்தேன். அருணாவுடன் வந்த பிறகு பாண்டவனூருக்கு அப்போதுதான் செல்கிறேன். எங்கள் வீடு மேலும் சிதிலமடைந் திருந்தது. அருணாவை மீண்டும் அங்குக் கூட்டி வந்து புணர வேண்டும் என்று தோன்றியது.

நான் தொடர்ந்தேன். 'ஆகவே இன்றைய சிந்தனையாளனிடம் இரும்பின் வலு மட்டுமல்ல, பொறியியலின் விரைவும் இரக்கமின்மையும் கைகூடி இருக்கவேண்டும். தாழ்த்தப் பட்டவனாகத் தன்னை உணரும் யாரும் தலித்தே. இன்றைய சூழலில் உங்கள் நியாங்களை, அனுதாபத்தைத் தூண்டி எடுத்து வைக்கக் கூடாது. அறிவினைச் சீண்டியே எடுத்து வைக்க வேண்டும். இட ஒதுக்கீடெல்லாம் இனி தலித்துக்களுக்குத் தேவையில்லை என்பவர்களிடம் அம்பேத்கர் தொடங்கி கிரிப்ஸ் தூதுக்குழு வரை நாம் வரலாற்றினை ஒப்பிக்க வேண்டி இருக்கிறது. சாதியெல்லாம் யாரு தம்பி பாக்குறா எனச் சொல்பவர்களிடம் உண்மையில் inter-caste marriage என அரசாங்கம் எதைச் சொல்கிறது, அது இங்கு எவ்வளவு குறைவாக நடக்கிறது என்பதை விளக்க வேண்டி இருக்கிறது. பள்ளனுடைய வரலாறு என்ன, பறையனுடைய நிலைப்பாடு என்ன என்பதையெல்லாம்கேட்காத காதுகளிடம் திரும்பத் திரும்பச் சொல்ல வேண்டி இருக்கிறது. அப்படிச் சொல்பவர்களின் பெரிய இடர் என்பது அவர்களின் குரலுக்கு ஆதரவாகவோ எதிராகவோ எக்குரலும் ஒலிப்பதில்லை என்பதே. தலித்துகள் உணர்ச்சி வசப்படுகிறார்கள் தங்களைத் தாங்களே தாழ்வாக எண்ணுகிறார்கள் அல்லது எதிர்த்திசைக்கு நகர்ந்து அனைத்தையும் ஏளனம் செய்கிறார்கள் என்றுதான் பொதுச் சமூகம் நம்மைப்

பார்க்கிறது. ஆகவே அவர்களிடம் அவர்கள் மொழியில் பேசுவதே சரி. உடனே அவர்களை நகலெடுக்கச் சொல்கிறாயா என உங்கள் குரல் உயரும். ஏளனம் செய்வதும் தன்னைத் தாழ்வாக உணர்வதும்தான் நகலெடுப்பது. அந்த நகலை நாம் வரலாற்றில் இருந்து எடுத்துக்கொண்டோம். அதன் பிழையையும் உணர்ந்து கொண்டோம். இப்போது நாம் செய்ய வேண்டியது, நம்மைக் கண்டு நீலிக் கண்ணீர் வடிப்பவர்களுடன் சேர்ந்து கொதிப்பதல்ல. நமக்கான விவாத மேடையை உருவாக்க நினைப்பவர்களின் குரல் ஓங்கி ஒலிப்பதற்கு துணை நிற்பது.' சுற்றிச் சுற்றி பேசியதால் பலருடைய முகத்தில் ஒரு குழப்பம் கலந்த ஆர்வம் பரவியது. நான் முக்கியமான ஒரு முன்னெடுப்பினைப் பற்றிப் பேசப் போகிறேன் என அனைவரும் என்னைக் கூர்ந்து நோக்கினர்.

'ஒரு தலித் இளைஞனிடம் சமூகம் எதிர்பார்ப்பது அத்தனையும் இரு மடங்குதான். தூய்மை ஒழுக்கம் அறிவு எல்லாமே இரு மடங்கு இருக்கவேண்டும். அப்படிப்பட்டவர்களிடம்தான் பொதுச் சமூகம் பேசவே தயாராக இருக்கிறது. அவன் குரலும் மொழியும் உடையும் உணவும் நேரடியாக வெளிப்பட்டுவிடவே கூடாது உன்னதமாக்கப்பட்டே வெளிப்படவேண்டும் என்பது ஒரு நிபந்தனையாகவே நம்முன் உள்ளது. அவன் வார்த்தைகளில் வெறுப்போ ஏளனமோ வெளிப்பட்டுவிடவே கூடாது. நம்மால் அப்படி நடந்து கொள்ள முடியுமா? நடந்து கொண்டுதான் ஆகவேண்டும். அறிவின் வழியில் அது சாத்தியமே. இன்றையப் பொதுச் சமூகம் நம்பிக் கொண்டிருக்கும் இனப் பெருமிதங்களும் பண்பாட்டுப் பெருமிதங்களும் எவ்வளவு பலகீனமானவை என்பதை அறிவின் வழியில் நாம் நிரூபிக்கவேண்டும். பொதுச் சமூகத்துடன் கறாரான அறிவியல் மொழியில் உரையாடினாலே போதும், அவர்களின் பலகீனமான கட்டமைப்பு தகர்ந்து விழத் தொடங்கும். பௌத்தத்திற்கும் சமணத்திற்கும் இந்திய சிந்தனை உலகில் இருந்த முக்கியத்துவத்தை மீண்டும் விவாதத்திற்குள் கொண்டு வந்தாலே அவர்களின் அமைப்புகள் ஆட்டம் காணத் தொடங்கி விடும். மாக்ஸ் முல்லர் தொடங்கி அம்பேத்கர் வரை இந்தியப் பண்பாட்டை விரிவாக ஆராய்ந்தவர்களிடமிருந்து நம் அறிவினை உருவாக்கிக்கொண்டு பொதுச் சமூகத்துடன் உரையாடத் தொடங்குவோம். பொதுச் சமூகத்தின் அறிவற்ற குரல்கள் அங்கேயே உதிர்ந்து விழும். எஞ்சுபவர்கள் மட்டுமே நம்முடன் உரையாடக் காத்திருப்பார்கள். அறிவின் வழியில் நம் இலக்குகளை அடைவதற்கான அத்தனை சாத்தியங்ககளையும்

உடைய ஒரு சூழல் நம் முன்னே உள்ளது. இந்தியப் பண்பாட்டால் வஞ்சிக்கப்பட்டதாக உணர்ந்து முதிர்ச்சி இல்லாமல் அப்பாண் பாட்டை ஏளனம் செய்தால் உங்களைக் கைவிட்டபடியே அந்தச் சமூகம் முன்னால் செல்லும். ஏனெனில் இன்றைய உழைப்பு முறை உங்களைப் பொருட்படுத்தாது. ஆகவே இதுவரை பெருஞ்சமூகமாக நாம் செய்திராத ஒரு செயலுக்காக வரலாறு நம்மை அறைகூவுகிறது. பெருஞ்சமூகமாக எழுந்து சிந்தனைத் தளத்தில் கூர்மையான அறிவுடன் பொதுச் சமூகத்தை மோதுதல். ஒரு அடி கூட இலக்கிற்கு வெளியே விழாதபடிப் பார்த்துக் கொள்ளுதல்.' வேண்டிய அளவு அவர்கள் கொதிப் படைந்திருந்தனர்.

'இந்தியாவின் பண்பாட்டு விவாதத்தில் எனக்கு நம்பிக்கை இருக்கிறது. அது விவாதங்களை அனுமதிக்கும். உண்மைகளை ஏற்றுக் கொள்ளும். இந்நாட்டில் நம் இடத்தைக் கோரிப் பெறுவோம். ஆயுதங்கள் வழியில் அல்ல, அறிவின் வழியில்.'

'சூப்பரா பேசினீங்க பாஸ்' என்று ஒரு சிறுவன் வந்து கை கொடுத்தான்.

'சார், உங்க நம்பரும் மெயில் ஐடியும் சொல்லுங்க. வேற ஏதும் டெளட்டுன்னா கால் பண்றோம்' என்றான் மற்றொருவன். இரவு மது அருந்துவதற்கு முந்தைய உத்வேகம் அது என எண்ணிக் கொண்டேன். என் காரில் வந்து அமர்ந்த உடனே எனக்குச் சிரிப்பு பொத்துக் கொண்டது. வெகு நேரம் விடாமல் சிரித்துக் கொண்டிருந்தேன்.

17

ஒளிர்நிழல் அத்தியாயம்- 27

ராமகிருஷ்ணன் அரவக்கரையில் ஒரு டாக்டரிடம் கம்பௌண்டராகப் போய்ச் சேர்ந்து கொண்டார். விவசாயம் செய்வதும் பாண்டவனூரில் இருப்பதும் அகௌரவம் என்ற எண்ணம் ஏற்பட்டதிலிருந்தே அவர் அப்பாவைப் பார்ப்பதைத் தவிர்த்து வந்தார். பள்ளு பறைத் தெருக்களைத் தாண்டித்தான் குடியானவர் குடியிருப்புக்குப் போக வேண்டி இருக்கும். சில வாரங்களுக்கு முன்பு அத்தெருக்கள் வழியே செல்லும் மண் சாலையை தார்ச் சாலையாக மாற்றியிருந்தனர். ராமகிருஷ்ணன் விடிந்ததும் விடியாததுமாக விரைவாக நடந்து செல்வதற்கு அச்சாலை நல்லதுதான் என்று ஆறுதல் கொண்டார். ஆனால் அந்த சாலைதான் அவர் பாண்டவனூரை அதிகம் வெறுக்கக் காரணமாயிற்று. நான்கடி அகலம்கூட இல்லாத சாலை அது. நீள்வாக்கில் பத்தடிக்கு ஒரு மின் விளக்குக் கம்பம் வேறு நட்டு வைத்திருந்தனர். மின்சாரம் இழுக்க வசதி இல்லாதவர்களுக்கு 'ஒத்த லைட்' போட்டுக் கொடுப்பதற்கு அந்தக் கம்பங்கள் அவசியமாய் இருந்தன. விடிவதற்கு முன்னே நடவுக்குச் செல்பவர்கள் பாதுகாப்புக் கருதி வெளிச்சமாக இருப்பதால் சாலையோரங்களிலேயே மலம் கழித்திருப்பார்கள். விதவிதமான நிறங்களில் மலத்தினைக் காண முடியும்.

கழித்து சற்று நேரம் கடந்த அடர் பொன்னிறத்தில் இருப்பவை, தோசை மாவு ஊற்றியது போன்று வட்டமாகப் பரவிக் கிடப்பவை, முட்டாகக் குவிந்து இருப்பவை, உடலில் சிராய்ப்பு

ஏற்பட்டது போலக் காய்ந்தும் காயாமலும் பெயர்ந்து கிடப்பவை என.கார்த்திகை மாதத்தில் சபரி மலைக்கு மாலை போட்ட போது ராமகிருஷ்ணன் மேலும் சிரமத்திற்கு ஆளானார். சாலையின் மையம் வரை சில நேரங்களில் மூத்திரம் வழிந்திருக்கும். தலையில் அடித்துக்கொண்டு கால்களைக் கழுவுவதற்காகத் தெரு முனையில் இருக்கும் அடி பம்புக்கு வருவார். ஆறு வரை மலம் கழுவுவதற்குச் செல்ல அலுப்புபட்டுக்கொண்டு அடி பம்பிலேயே பலர் மலம் கழுவியிருப்பார்கள். தேங்கிக் கிடக்கும் தண்ணீரில் மஞ்சள் தலைப்பிரட்டைகளைப் போலமலத் துணுக்குகள் மிதக்கும். ராமகிருஷ்ணன் மறுநாள் கிளம்பும்போதே அரிவாளுடன் புறப்பட்டார். ஒரு கருவைக் குத்தினை வெட்டி அடி பம்பைச் சுற்றி காவலிட்டார். அதன்பிறகு சுத்தம் பற்றிய அரசு விளம்பரங்கள் அவர் வேலை செய்யும் மருத்துவமனையில் இருந்த டி.வியில் ஓடத் தொடங்கின. அன்று முதல் அவரும் தன்னைச் சுத்தத்தின் பிரதிநிதியாகக் கற்பனை செய்துகொண்டார். பாண்டவனூரில் டிகிரி வாங்கிய முதல் தலைமுறை ஆள். பாண்டவனூரை மேலேற்ற வேண்டிய பெரும் பொறுப்பு தன்னிடம் இருப்பதாக எண்ணிக்கொண்டார்.

'குளத்துல கால் கலுவக் கூடாது. ஆத்துல துணி தொவைக்க கூடாது. ரோட்டுல பேலக்கூடாது' என்றெல்லாம் சாதி வித்தியாசம் பார்க்காமல் எல்லோரிடமும் சொல்லி வந்தார். பேண்ட் சட்டை போட்டவன் தங்களிடம் கூட நின்று பேசுகிறான் என்று சிலர் பெருமைப்பட்டனர். 'படிச்ச திமிரு' எனப் பலர் உதாசீனம் செய்தனர்.

'காச்சலுக்கு எதுன்னா டானிக்கி கொடுய்யா' என்று சில கிழவிகள் அவரை மருத்துவராக எண்ணிக்கொண்டு கேட்க தொடங்கின.

'இங்கேறாயா, நீ பேல்ற தண்ணீலேயே மூஞ்சி கலுவி வாய் கொப்புளிச்சேன்னா காச்சலு தலவலியெல்லாம் வரத்தேன் செய்யும். இந்த மாத்தரைய மூணு நாளைக்கி போட்டுக்கு. அண்டாவுல தண்ணி தூக்கி கொள்ளப்பக்கத்துல வெச்சி பாத்திரம் கலுவு. துணி தொவ. நேரா அவுத்த எருமையாட்டம் ஆத்தில எறங்கிடாத' என்று கரிசனத்துடன் புத்தி சொல்லி மாத்திரையோ மருந்தோ கொடுப்பார்.

'கொள்ளப்புறம் கலுவுற தண்ணி எங்கினய்யா போவும், ஆத்துக்குத் தான' என்று எதிர்க்கேள்வி கேட்டால் பேசாமல் இருந்துவிடுவார்.

'அது என்னமோப்பா. ஊசி கீசி குத்தினாதான் ஓடம்பு கேப்பங்குது' என்று அவரிடம் அடுத்த கட்ட சிகிச்சைகளைக் கோரினர் கிழவிகள். ராமகிருஷ்ணனின் துய்மை நடவடிக்கை களால் இரண்டு நன்மைகள் நடந்தன. ஒன்று, அவர் பாண்டவனூர் பாமரர்களைவிடத் தான் மேலானவன் என உணர்ந்தார். மற்றொன்று, பாண்டவனூருக்கு ஒரு நிரந்தர ஆங்கில வைத்தியர் கிடைத்தார்.

ராமகிருஷ்ணனின் மூத்த மகன் வெற்றிச்செல்வன் திருத்தமாக உடையணிந்து மடிப்புக் கலையாமல் வேனில் ஏறிப் பள்ளிக்குச் செல்வதை குணா ஏக்கத்துடன் பார்ப்பான். அவன் படித்த தொடக்கப்பள்ளியில் புதுத் தலைமையாசிரியர் வந்த பிறகு பட்டனில் மாட்டுவது போன்ற ஒரு டையையும் ஷூவையும் கட்டாயமாக்கினார். குணாவுக்கு ஷூ வாங்கச் செல்வதே திளர்ச்சி தரும் அனுபவமமாக இருந்தது. செல்வராஜ் ஒரு டி.வி.எஸ் பிஃப்டியில் மாலை மூன்று மணிக்கு அவனை ஷூ வாங்க அழைத்துச் செல்ல பள்ளிக்கு வந்ததையும், திருவாரூர் வரை இரு சக்கர வாகனத்தில் செல்லப் போகிறோம், அதுவும் ஷூ வேறு போடப் போகிறோம் என்பதையும் அவனால் நம்பவே முடியயவில்லை. அவன் இருசக்கர வாகனத்தில் பெரும்பாலும் ஆஸ்பத்திரிக்குத்தான் சென்றிருக்கிறான். உடல்நிலை சரியில்லை எனில், இரு சக்கர வாகனத்தை அலுவலகத்தில் இருந்து இரவல் வாங்கி வரும் செல்வராஜை, 'இந்த ரெண்ட வளக்குறதுக்கு ஊர்ல உள்ள புள்ளிவோ பத்த வளத்துடலாம் போல. முணுக்கு முணுக்குன்னு வைத்தியத்துக்கே அளிச்சிகிட்டு இருந்தா ஊட்டுல காசுன்னு ஏதாவது தறிக்குமா. ரெண்டுநா கெடந்தாதான் என்ன? ஒத்த தும்மல் வுளுந்ததுமே ஆஸ்பத்திரிக்குத் தூக்கணுமா' என அம்சவள்ளி திட்டுவாள். ஊசிபோடப் போகும் பயத்திலும் ஊசி போட்ட மயக்கத்திலும் மட்டுமே அவன் பெரும்பாலும் பயணித்திருக்கிறான். ஆனால் இப்போது அதுபோன்ற பயங்கள் எதுவுமின்றி, அதுவும் ஹெட்மாஸ்டரின் கடைசி பீரியடுக்கு முன்பே பள்ளியை விட்டுச் செல்வது, கடந்து போன தீபாவளியை விட வரவிருக்கும் பொங்கலை விட அரையாண்டு லீவை விட அதிகமாக அவனை மகிழ்வித்தது. ஒவ்வொரு ஊரைக் கடக்கும் போதும் ஒரு வாசனை எழுந்தது. அம்மன் அரவை மில்லில் இருந்து வரும் அரைபட்ட மிளகாய் வாசம். அக்ரஹாரத்தைக் கடக்கும்போது காபிக் கொட்டைகள் அரைபடும் மணமும் ஊதுபத்தி மணமும். குறவர் தெருவின் உடும்பும் ஆமையும

வறுபடும் மணம். குறுகிய தார்ச்சாலை ஓரத்து மலவாடை. ஆட்டுக்கிடைகளின் மாமிச வாடை. முற்றிய நெற்றுகளின் அழுகல் மணம். தலைவலியை ஏற்படுத்தும் நாகலிங்கப் பூவின் ஆழ்ந்த நறுமணம். நத்தைகள் மிதிபடும் கவிச்சி. நகரத்துச் சாலையின் மூச்சடைப்பை உண்டாக்கும் புகைமணம்.

ஷ⊘ கடையில் சிகப்பு நிறத்தில் பொசுபொசுவென இருந்த இருக்கை, கடை முழுவதும் சுற்றி வைக்கப்பட்டிருந்த கண்ணாடிகள் என எல்லாமே குணாவுக்கு சந்தோஷம் தருவதாக இருந்தன. வெற்றியை நினைத்ததும் அவனுக்குப் பொக்கென்று போய்விட்டது. அவன் நல்ல வெள்ளை நிறம், அவன் அப்பாவைப் போலவே. குணா சற்று மாநிறம்தான். நல்லவேளை, தன் முகவெட்டாவது அம்மா போல இருக்கிறதே என மகிழ்ந்து கொள்வான். அவனுடைய உடைகள் எப்போது வெயிலில் நின்றாலும் பளபளக்கும். சட்டையை 'இன்' பண்ணாமல் அவனையோ அவன் தம்பியையோ வெளியில் பார்க்கவே முடியாது. சட்டை நிறத்திற்கு ஏற்றார் போலப் போட்டுக் கொள்வதற்கு நான்கைந்து ஷ⊘ செட்டுகள் அவனிடம் இருந்தன. தங்கள் பள்ளியைப் போல பட்டனில் மாட்டிக் கொள்ளும் டை அல்ல அவன் கட்டுவது. கழுத்துக்கு முன்னே 'மொத்தி பளிங்கி' அளவிற்கு உருண்டையாக அழகாகக் கட்டப்பட்டிருக்கும் அவனுடைய டை என்றெல்லாம் ஒப்பிட்டுப் பார்க்கத் தொடங்கி விட்டான். கொஞ்ச நாட்களில் குணாவின் இடது கால் சாக்சில் எலாஸ்டிக் போய் அது அடிக்கடி கணுக்காலுக்கு ஓடி வந்து கொண்டிருந்தது. அதனை இழுத்து விட்டவாறே வாய்க்கால் ஓரமாக பள்ளி முடிந்து வீட்டிற்கு வந்து கொண்டிருக்கும்போது வாய்க்காலில் விழுந்து விட இருந்தவனை 'டேய் பாத்துடா பாத்துடா' எனக் கையைப் பிடித்து இழுத்தான் வெற்றி. 'குணா தான உம்பேரு' என்று வேறு கேட்டு விட்டான். 'ஆமா ஆமா' என்றவன் மேற்கொண்டு ஏதும் சொல்லாமல் அங்கிருந்து ஓடி வந்து விட்டான். குணாவுக்குப் பெருமை தாளவில்லை. 'வெற்றி எங்கூடப் பேசினான் தெரியுமா' என்று மறுநாள் பள்ளியில் நண்பர்கள் அனைவரிடமும் சொல்லிப் பெருமைப்பட்டான்.

வளர்ந்த பிறகு பலமுறை அவ்வெண்ணத்திற்காகக் கூசினான். ராமகிருஷ்ணனின் வீட்டு வழியாகவே அவன் எங்கும் செல்வதில்லை. வெற்றிச்செல்வனைப் பற்றி ஏதேனும் கேட்க நேர்ந்தாலும் பேச்சை மாற்றி விடுவான் அல்லது அங்கிருந்து

விலகி விடுவான். எப்போதும் சிரித்த முகத்துடன் எதிர்வரும் ராமகிருஷ்ணனை நிமிர்ந்து கூடப் பார்க்கமாட்டான்.

'அவனப் பாக்க போறது மாதிரி இருந்தா இந்த ஊட்டையும் என்னையும் மறந்துடு' என்று ராமகிருஷ்ணன் சொல்லி இருக்கிறார். திருச்சி மத்தியச் சிறையில் இருந்த மகனைப் பார்த்தே தீருவேன் என அவர் மனைவி சென்றிருக்கிறார். திரும்பி வருகையில் மலம் மூத்திரம் விந்து என அனைத்தும் வெளியேறித் தூக்கில் தொங்கும் ராமகிருஷ்ணனைக் கண்டிருக்கிறாள். ஏதோவொரு உளறலில் கோமதியின் இறப்பில் வெற்றிச் செல்வனுக்கு இருக்கும் தொடர்பை வெளிப்படுத்தி விட்டாள். அதன்பிறகு வெற்றிச்செல்வனுடன் சேர்ந்து பாண்டவனூரில் நகை திருடியதாக, திருவாரூரில் இரு சக்கர வாகனங்கள் திருடியதாக திருடும்போது கோமதியை காயப்படுத்தியதாக, தப்பிக்க முயன்றவளைத் தாக்கியதாக, தாக்கிய பின் கூட்டாகப் புணர்ந்ததாக, புணர்ந்த பின் கொன்றதாக, கொன்ற பின் மொந்தன் வாய்க்காலுக்கு அடுத்திருந்த சதுப்பில் பிணத்தை வீசியதாக என ஏழு பேர் கைது செய்யப்பட்டிருந்தனர். மூக்கடைப்பு நீங்குவது போல ஒரு விடுதலையை குணா உணர்ந்தான்.

18

சக்தி பதினொன்றாம் வகுப்பு படித்தபோது எழுதியது.

ஆறு கிலோமீட்டர்

எனக்கும் உங்களுக்குமான இடைவெளி ஆறு கிலோமீட்டர்கள்

என்னைப் பற்றி எந்த முடிவுக்கும் வருவதற்கு முன் நீங்கள் என்
ஆறு கிலோமீட்டரையும் இணைத்தே சிந்திக்கவேண்டும்

உள்ளிறங்கும் ஒவ்வொரு பருக்கையிலும் என் நினைவில் இருந்த
தூரம் அது

கண்மூடி சைக்கிளை மிதிக்கும் வித்தை கற்காததால்

ஒவ்வொரு செயலின்மையையும் பார்த்தபடியே கடக்கிறேன்

வெற்றிளிப்பு நிறைந்த அழுக்கடைந்த முகங்களை

பைத்தியக்களை தோல்வியின் வெறிப்பு கீழ்மையின் ஏளனம்
சூடிய விழிகளை

களிப்பேறா இளம்பெண்ணுடல்களை

வீட்டிற்குப் பின்னோடும் சாக்கடை போல நகரத்தின்
ஆசனவாயில் அமர்ந்திருக்கிறது கிராமம்

நாய் பன்றி கழுதை

வெறுப்பின் மூத்திரப்பையில் இருந்து சொட்டும் ஒவ்வொரு
துளியையும் காண்கிறேன்

என் தயக்கங்கள் கேலிக்கப்படுகின்றன

என் அறியாமைகள் அளக்கப்படுகின்றன

ஒவ்வொரு அடி முன்னெடுத்து வைக்கையிலும் முன்
சென்றிருக்கிறது உன் உலகு

நீ மட்டுமே உணர்கிறாய் உன் தாழ்வுகளை எனலாம்

உண்மையாகவும் இருக்கலாம்

இருந்தும் நண்பனே

உன் பிரம்மாண்ட மாளிகையின் எலிப் பொந்தின் வழியே எட்டிப்
பார்க்கும் நானும் மனிதனே

பார் சற்றே என்னைக் குனிந்து பார்

உன்னினும் சிறியதே எனினும் என்னிடமும் ஒரு உடல்
இருக்கிறது

உன்னினும் குறைந்ததே எனினும் என்னிடமும் ஒரு
குறியிருக்கிறது

உன்னினும் தாழ்ந்ததே எனினும் என்னிடமும் உணர்விருக்கிறது

நானும் மனிதனே நானும் மனிதனே என நினைவுறுத்திக்
கொண்டே இருக்க வேண்டுமா

அறிவேன் நண்பனே

என் அத்தனை தாழ்வுகளுக்கும் காரணம் என் ஆறு
கிலோமீட்டர்தான்

அதைக் கடந்திருக்கவேண்டும்

மீண்டும் நுழைய முடியாதபடிக் கடந்திருக்கவேண்டும்

தவறிழைத்து விட்டேன்

மன்னிக்கப்பட மாட்டேன் என்றறிந்தும்

மறந்துவிடப் படுவேன் என்றறிந்தும்

இனியில்லை

இனியில்லை

இனி இல்லவே இல்லை

எதெதெல்லாம் எனக்கு வழங்கப்பட்டதோ

என்னவெல்லாம் என்னுடன் இதுநாள் வரை இருந்ததோ

எங்கெல்லாம் என்னால் இயல்பாய் இருக்க முடிந்ததோ

எதற்காகவெல்லாம் நான் இருந்தேனோ

என் நினைவில் நான் என என்னவெல்லாம் பதியப்பட்டதோ

அவை எவையும் எனதல்ல

அவை எதுவும் நானல்ல

மொழியை இயல்பை நடையை மொத்தமாய் இழக்கிறேன்
    நண்பனே

அருகில் வா

என் அழுகையைக் கேள்

என் கண்ணீரைப் பார்

கேட்கவும் பார்க்கவும் துளியினும் துளியை நீ இழக்க
    வேண்டிவரும்

வேண்டாம்

இம்மியும் இழந்துவிடாதே

இழப்பதென்றால் என்னவென்று அறிந்தால் நீ எனக்கென
    உண்மையில் கண்ணீர் சிந்திவிடக் கூடும்

மேலும் உன் கனிவின் ஒவ்வொரு துளி கண்ணீரும் என் மீது விழும்
    மூத்திரத் துளிகளே

ஏறத்தாழ இதேபோன்ற சுய புலம்பல் நடையில் அவன் நிறைய
எழுதி இருக்கிறான். அவன் பொதுக்கூட்டங்களில்
பேசத் தொடங்கிய பிறகு அவனுடைய பழைய
எழுத்துக்கள் மீண்டும் வாசிக்கப்படுகின்றன.
தேவதையைக் காத்திருப்பவன் எனும் கடிதம், மீட்பன்
எனும் கதை, முகங்கள் தொலைந்த மேடை எனும் நீள்
கவிதை போன்றவை இணையத்திலேயே கிடைப்பதால்
அவற்றை யாரும் அச்சேற்றவில்லை.

௫

'**நீ** கை வெச்சியா?'

'சத்தியமா இல்லண்ணே. அக்கா மொறையில்ல வேணும்.'

'இந்த ஒண்ண மட்டும்தான் தம்பி தெளிவா கேட்டுக்க சொன்னிச்சு. யோசிச்சு பதில் சொல்லு.'

அவன் சற்றே தயக்கத்துடன் 'ஒரு தடவ வாயால உறிஞ்சி...' என்று தலைகவிழ்ந்து கொண்டான். மேலும் சற்று நேர மௌனம். கேள்வி கேட்டவனின் முகம் சட்டென இறுகிக் கல் போல ஆனது. பதில் சொல்லிக் கொண்டிருந்தவனின் முகத்தில் அவமானம் படர்வதற்கான அறிகுறிகள் தென்படத் தொடங்கின.

அவமானம் தென்பட்ட முகத்தினன் இதைத்தான் சொன்னான்.

கழுத்துச் சங்கிலியை பறிப்பது மட்டும்தான் நோக்கமாக இருந்தது. ஆனால் வெற்றிச்செல்வனின் முகத்தை கோமதி பார்த்து விட்டிருந்தாள். சங்கிலியை வெற்றிகரமாகப் பறித்த போதும் அவள் காட்டிக்கொடுத்து விடுவாளோ என்ற பயம் அனைவரிடமும் இருந்தது. அவள் அலைபேசியும் உடைந்திருந்தது. பாண்டவனூரின் முதல் மனிதனை அவள் காண்பதற்கு எப்படியும் பத்து நிமிடங்களாவது எடுக்கும். அவளுடைய இரு சக்கர வாகனமும் கீழே விழுந்திருந்தால் நிச்சயம் பழைய வேகத்தில் செல்லாது. ஐந்து நிமிட இடைவெளியில் அவளைப் பிடித்து விட முடியும்.

கோமதியின் எண்ணங்கள் வேறாகவே இருந்தன. அன்று காலை அனிச்சையாய் சுசியைப் பார்த்தாள். தினம் பார்ப்பவர்களை நாம் கவனிப்பதே கிடையாது. புறங்கையை, மணிக்கட்டை விரல் வரிகளை, தொடையை, பாதத்தை என எதைத் தனித்துப் பார்த்தாலும் எவ்வளவு அன்னியமான, விரோதமான உறுப்புகளால் கட்டப்பட்டுள்ளோம் நாம் என்பது விளங்கும். அவள் வயிற்றைக் கிழித்து எடுக்கப்பட்டவள்தான். நான்கு வயது வரை அவள் முலை சப்பியவள்தான். உடல் உறுப்பு போலவே இருந்துவிட்டவள் தனியே அமர்ந்து எதையோ வெட்டி ஒட்டிக் கொண்டிருந்த போது கோமதிக்கு திக்கென்று இருந்தது. அவளுக்கென அமைக்கப்பட்ட இருப்பிடத்தில் தனியே அமர்ந்து சுசி எதையோ வெட்டி ஒட்டிக் கொண்டிருந்தாள். உள் நுழைவதற்கான ஒரு பிசிறும் அவளில் இருக்கவில்லை.

கழுத்திற்கு கண்ணீர் இறங்கிய போதுதான் அழுது கொண்டிருக்கிறோம் என உணர்ந்தாள். முதற்புணர்விற்கு பிந்தைய வெறுமையை விட நூறு மடங்கு பெரிதாக ஏதோ வொன்று அவள் மனதை அடைத்திருந்தது. நெஞ்சதிர அவள் முன் நின்ற உண்மையை, கூறிக் கொள்ளாதே கூறிக் கொள்ளாதே என உள்ளே ஒன்று மன்றாடியது. பிறக்காத சிசுவை, பிறப்புறுப்பில் கை நுழைத்து வெளியே எடுக்கும் வலியுடனும் குருதியுடனும் அவ்வுண்மையை தனக்கென அறிந்து கொண்டாள். அம்மா என சுசி அழைப்பது நின்று போயிருந்தது. கண்டிக்கவோ வழிகாட்டவோ அவளுக்கு கோமதி இப்போது தேவையில்லை. எட்டு வயது தானடி ஆகிறது உனக்கு என்று ஓடி அவளை மார்போடு எடுத்து அணைத்துக் கொள்ள எண்ணினாள். பத்தடி தூரத்தில்தான் இருக்கிறாள். ஒவ்வொரு காலிலும் ஒரு டன் இரும்புருளையைக் கட்டியது போல வலியெடுத்தது கோமதிக்கு. ஓடிச் சென்று அவளை அள்ளித் தூக்கி மீண்டும் கருவறைக்குள் புதைத்துக் கொள்ளவேண்டும் போல் இருந்தது. அனைத்தும் கற்பனை, வெற்றுக் கற்பனை எனப் பலகீனமான ஒரு குரல் அவளை எதிர்த்துக் கொண்டிருந்தது. ஒரு துளி கண்ணீருடன் அவள் முன் சென்று நிற்க முடிந்தால், ஆணைகளற்ற குரலில் ஒரு சொல் பேச முடிந்தால், கருணையற்ற கனிவுடன்அவளைப் பார்க்க முடிந்தால் போதும். அது என்றென்றைக்குமாக கைவிட்டுப் போயிருந்தது. இனி அவள் என் இள வயதுத் தோழி. அவளுக்கு எழும் சந்தேகங்களை என்னுடன் விவாதிப்பாள். மூன்று மொழிகளில் எழுதுவாள், பேசுவாள். எல்லாவற்றிற்கும்

அவள் உலகில் எல்லை வகுக்கப்பட்டிருக்கும். விலை நிர்ணயிக்கப்பட்டிருக்கும். ஏன் என்னை இளமையாகக் கூட அவளால் உணரச் செய்து விட முடியும். ஆனால் நான் தாய். நாய் போல அவளை நக்கிக் கொடுக்க விழைகிறேன். முட்டிக் குடிக்கும் பன்றிக்குட்டி போல அவள் என் முலையுறுஞ்சுவதை, களிப்பும் சலிப்புமாய் பார்த்துக் கிடக்க விழைகிறேன். நான் அவளை நக்குதலும் அவள் என்னை முட்டுதலும் இனி நடக்குமா?

அடைந்ததன் பெருமிதத்தில் எதிர்த்திசையில் ஓடுகிறதா மனம்?

பெரியார் மணியம்மை பாலிடெக்னிக் கல்லூரிக்கு கருப்பு நிற பேண்ட்டும் சட்டையும்தான் சீருடை.

'வல்லத்துல ரங்கசாமி வீடு இருக்குல்ல. அங்குன போய் மாத்திகிட்டா போச்சி?' என்ற கோமதியின் அம்மாவின் யோசனையில் அனைவரும் திருப்தி அடைந்திருந்தனர். வீட்டில் எல்லோரும் உறங்கிய பின் கோமதி அந்த கருப்பு நிற உடையை அணிந்து பார்த்தாள். அதனை அணிந்துகொண்டு காலையில் வெளியே சென்றாள் வெறிப்பும் வியப்பும் ஏளனமும் என நிறம் மாறப் போகும் அத்தனை விழிகளையும் கண் முன் ஓட்டினாள். ஒவ்வொரு பார்வைக்குமான எதிர்விழியை உருவாக்கத் தொடங்கினாள். மறுநாள் அவள் அப்பா எவ்வளவு தடுத்தும் அதே கருப்பு உடையுடன் பாண்டவனுரை சைக்கிளில் கடந்து சென்றாள். அறுவை சிகிச்சை படுக்கை உடை போல தொள தொள வென்று தைக்கப்பட்டிருந்த அந்த உடையையும் அவள் வெறுத்தாள். தன் உடலை எடுப்பாகக் காண்பிக்கும் வகையில் அடுத்தடுத்த உடைகளை தேர்ந்தாள். ஒவ்வொரு ஆணின் விழிகளிலும் அவள் விரும்பும் அதிர்ச்சியை நிகழ்த்தும் வரை தன்னைக் கூராக்குவாள். உடலின் மெலிவையும் நிமிர்வையும் வெளிப்படுத்தும் உடைகள், கைகளின் வளவளப்பையும் முகத்தின் தெளிவையும் முன்னிறுத்தும் நிறங்கள் என அவள் தன்னை மேலும் மேலும் நுண்மை நோக்கித் தள்ளினாள். சிகையில் அவள் செய்யும் மிக நுண்ணிய மாற்றம் அவள் தினம் பார்க்கும் பலரை அதிர்வடைய வைக்கும். எத்தனை மயிரிழைகள் தோளுக்கும் கழுத்துக்கும் இடையே புரளவேண்டும் என்பது வரை முன்னரே முடிவு செய்யப்பட்டிருக்கும். விழி திருப்புதல், கழுத்தைச் சொடுக்குதல், பற்கள் தெரியாமல் புன்னகைத்தல் என அவளின் ஒவ்வொரு செயலிலும் மிளிரும் ஆணவத்திற்கு வெளியே அவள் தனியே அலைந்து கொண்டிருந்தாள். ஒத்திகை

பார்க்கப்பட்ட ஒரு உலகில் வாழ்ந்து வந்தாள். குணாவை அவ்வப்போது காண நேரும் போது அவளுக்கு எரிச்சல் எழும். அவன் விழிகள் மட்டுமே அவளை ஏமாற்றத்துடன் பார்க்கும். அவள் எண்ணிச் சேர்த்து தன்னைச் சூழ்ந்து உருவாக்கியிருந்த மாளிகைக்குள் தன் அழுக்கு உடைகளுடன் உள்ளே நுழைந்து அதன் தளத்தை உடைத்து அதன் உள்ளே புதைத்த மரப்பாச்சி பொம்மைகளைத் தேடிக் கொண்டிருந்தான் குணா. அவனைப் பார்ப்பதைத் தவிர்த்தாள். அவன் மட்டுமே அவள் மனதில் இருந்தான். இப்போது கூட அவனை மடியில் தூக்கி வைத்துக் கொள்ள முடியும் என்பது போல. ஏறக்குறைய அவள் கணவனும் அப்படிப்பட்டவன் என்றே எண்ணியிருந்தாள். அவனும் அவளைப் பொருட்படுத்தியதே கிடையாது. அவள் உடலை அறிவை நுண்மைகளை அவன் பொருட்படுத்துபவன் அல்ல. முதலில் அதிசயமாய்த் தெரிந்த இந்த குணம் அவளுக்கு அலுப்பேற்படுத்தத் தொடங்கியது. அதுவொரு வித செயலின்மை எனக் கண்டு கொண்டாள். அவன் அறியும் வகையில் ஆண்களுடனேயே சுற்றினாள். பிற ஆண்களின் வலுவையும் திறனையும் வியந்தாள். ஒரு கட்டத்தில் அதிலும் ஆர்வமிழந்து தன்னுள் ஒடுங்கினாள். தன் ஓட்டத்தில் அவள் இழந்ததென்ன என்று அப்போதுதான் அவளுக்கு விளங்கியது. சுசி! அவளை முற்றாக இழந்து விட்டாள். அவள் தலையைத் தடவச் சென்ற கைகளைக் கட்டாயப்படுத்தி இறுக்கிக்கொண்டு அவ்விடம் விட்டு நகர்ந்தாள்.

பாண்டவனுருக்குச் செல்லவேண்டும் போலிருந்தது. இன்னும் இரண்டு மாதங்களில் மீண்டும் டெல்லி செல்ல வேண்டியிருக்கும். இரு சக்கர வாகனத்தைக் கிளப்பிய போது மனம் விடுபடுவதை உணர்ந்தாள். நடுவே நடந்த சங்கிலிப் பறிப்பு கூட அவளுக்கு ஏதோ பிள்ளை விளையாட்டு போலவே இருந்தது. அதிலும் வெற்றிச்செல்வனை அந்த குழுவில் பார்த்ததை நிச்சயம் குணாவிடம் சொல்லவேண்டும் என எண்ணிக் கொண்டாள். சில நாட்களுக்கு முன்பு பார்த்த போது கூட தலையை தொங்க போட்டுக் கொண்டான். அவனுக்கும் ஒரு வேலை ஏற்பாடு செய்யவேண்டும் எனத் தோன்றியது. அந்தக் குறுகிய சாலையின் இருபுறமும் விதைப்பு முடிந்து நாற்றுகள் நன்றாகவே வளர்ந்திருந்தன. ஆனால் மழையும் ஆற்று நீரும் குறைந்ததால் வயல்களில் மாடுகளை மேய விட்டிருந்தனர். சிறு வயதில் அது போன்ற ஒரு பஞ்ச காலத்தில் கோமதியும் குணாவும் விவரம்

புரியாமல் எறுமைகளில் ஏறிவந்து பண்ணை வீட்டின் காடுகளில் இறங்கி விட்டனர். பனைமரத்தில் கட்டி வைத்து புளியமிளாறால் சவட்டி எடுத்து விட்டனர் பண்ணையாட்கள். மறுநாளே வயலுக்குத் தீயும் இட்டனர். எப்போதுமே சீற்றத்துடன் அவள் எண்ணிக் கொள்ளும் அந்தச் சம்பவம் அன்று ஏனோ சிரிப்பை வரவழைத்தது.

ஐந்து நிமிடங்களில் மீண்டும் வெற்றிச்செல்வன் அவள் முன் வந்தான். கோமதியின் அத்தனை கனிவான சிந்தனைகளும் மறைந்தன. அவனுடைய இருசக்கர வாகனத்தை அவளுக்கு குறுக்காக நிறுத்தினான்.

மன்னிப்பு கேட்பான் என்று நினைத்து மன்னிக்கத் தயாராக அவள் நின்றாள். அவனும் மன்னிப்பு கேட்கவே வந்தான்.

என்ன தோன்றியதோ 'இங்கேரு இதெல்லாம் வெளில தெரிஞ்சதுன்னா சங்கறுத்துடுவேன்' என்றான்.

ஒரு நொடி கோமதி அதிர்ந்தாள். மறுநொடியே சமாளித்து 'அறுக்குற மூஞ்சப் பாரு. பொண்ண மூஞ்சிப் பயல. ஒப்பன்ட்ட சொல்லி விஷ ஊசிப் போட்டு கொல்லச் சொல்றேன்' என்றவாறே வண்டியை எடுக்க முயன்றாள்.

அப்பாவை இழுத்ததும் வெற்றிச்செல்வன் தன் வயம் இழந்தான். 'இங்கேருடி' என்றவனின் கை எதேழ்ச்சியாக கோமதியின் தோளில் பட்டது. அதேநேரம் அவள் நகர நினைக்க, மேலாடையின் தோள்பட்டை ஓரம் லேசாகக் கிழிந்தது. வெயில் படாத தோளின் நிறமாறுபாடு ஈர்க்க சற்று நேரம் உடையற்ற தோளின் மென்மையை உணர்ந்தவாறே வெற்றி நின்றான். ஒரு கணம் அத்தொடுகையை தன் மனம் அனுமதித்துவிட்டதா என சந்தேகித்தவள் அவ்வெண்ணத்தின் கீழ்மை அழுத்த உடல் கூசி அதனால் எழுந்த மொத்த ஆங்காரமும் கைக்குப் பரவ வெற்றியை ஓங்கி அறைந்தாள்.

'ஒப்பனவோலி. அறுத்து நாய்க்கு வீசிப்புடுவேன். ஓட்றா' என இரைந்தாள். முதலில் அவர்கள் அத்தனை பேருமே அதிர்ந்து போனார்கள். திரும்பி சில எட்டுகளும் வைத்து விட்டனர். வெற்றிச்செல்வனும் குனிந்து திரும்பி நடந்தான். பல் குத்தியதாலும் கன்னத்தின் உட்பகுதி கிழிந்ததாலும் சூடான குருதி வாய்க்குள் வழியத் தொடங்கியது. அந்தச்சூடும் உப்புச் சுவையும் அவனை வெறி கொள்ள வைத்தன. சட்டென திரும்பி நடந்து

கோமதியின் கைகளை பின்னால் பிடித்து அந்த ரத்தத்துடன் அவள் உதட்டில் முத்தமிட்டான். பின்னர் அவள் முகத்திலேயே அந்த ரத்தமும் கோழையும் கலந்த எச்சிலை துப்பினான். கோமதி தன் நிலையை உணர்ந்தாள். வயல்களுக்கு எஞ்சின் வைத்து தண்ணீர் இரைக்கும் சத்தம் மட்டும் கேட்டுக் கொண்டிருந்த மதிய வேலை. வெற்றியின் எண்ணம் அனைவருக்கும் தொற்றியிருந்தது. அருவருப்புடன் அவ்வெண்ணத்தை உதற நினைத்தவர்கள் அந்த அருவருப்பின் பரவசத்திற்காவே அவ்வெண்ணத்தை நீடிக்க விட்டனர். பின்னர் கோமதியின் கெஞ்சல்கள் அவர்களை தீர்மானமாக முடிவெடுக்க வைத்தது.

'தம்பி வேணான்டா வேணான்டா உட்டுடா உட்டுடா. நீ நல்லாருப்படா நல்லாருப்படா' எனத்தான் கெஞ்சிக் கொண்டிருப்பதை மனம் கூசியபடியே கவனித்துக் கொண்டிருந்தாள். வெறியில் இருந்தவனுக்கு அக்கெஞ்சல் அருவருப்பை ஏற்படுத்தியது. அவளைத் தொடையில் உதைத்தான். அதன்பின் அவளை அவர்கள் கையாளத் தொடங்கினர். பாண்டவையின் மணலெடுக்கப்பட்ட ஒரு பெரிய குழியினுள் கோமதியைத் தூக்கிச் சென்றனர். யாருடைய முறையில் அவள் அதிகம் அலறுகிறாள், யாருடைய முறையில் அதிகம் அழுகிறாள் என அங்கு நிகழ்கிறவற்றை வேறெங்கோ நிகழ்வதாக எண்ணி பேசிக் கொண்டிருந்தனர். பின்னர் கூசி அரற்றிக் கொண்டிருந்தனர். வெற்றி அவளை மூன்றாம் முறைப் புணர்ந்த போது கோமதி இறந்து விட்டிருந்தாள்.

'ஆனா நான் ஒன்னும் பண்ணலண்ணே' என்றான்.

'சரி நீ போ. தம்பி பாத்துக்கும்.'

20

முதல் இரு வாரங்கள் அருணா சுற்றி இருந்த வீட்டுக்காரர்கள் யாரிடமும் பேசவில்லை. அவள் வேலையை விட்டு விட்டாள் என்பதே மாலையில் வீட்டு வாசலில் அருணா கோலம் போட வருவதையும் மதிய வேளைகளில் மளிகைக் கடைக்குச் செல்வதையும் வைத்துத்தான் அறிய வேண்டி இருந்தது. பெரும் துரோகத்தை, இழப்பைச் சந்தித்து விட்டதாக எண்ணிக் கொள்வதில் ஒரு வசதி இருக்கிறது. மிகப்பெரிய வலி உடலில் இருப்பது அந்த வலி பற்றிய பிரக்ஞை இருக்கும் வரை தெரியாது. அது போலவே தன்னை வஞ்சிக்கப்பட்டவளாக, ஏமாற்றப் பட்டவளாகக் கற்பனை செய்து கொண்டிருந்தவரை, ஒரு நிம்மதியெழுப்பும் துயர் அவள் மனதை நிரப்பி இருந்தது. ஆனால் வாழ்வின் அன்றாடங்களுக்குள் தன்னைச் செலுத்திக் கொண்ட போது மெல்லிய நமைச்சலாக அவளைக் குடையத் தொடங்கியது உண்மையான வலி.

சந்திரசேகர் எது குறித்தும் கேட்பதில்லை. சமைப்பது, மகனுக்குப் பாடம் சொல்லிக் கொடுப்பது என்று நாட்களை நகர்த்துவது ஆசுவாசம் தருவதாக இல்லை. அப்போதுதான் சந்திரசேகரை விட்டுத் தான் மிகவும் விலகி இருப்பதே அவளுக்கு உரைத்தது. இவள் வீட்டில் இருப்பதால் வசுமதி அடிக்கடி வீட்டுக்கு வரத் தொடங்கினாள்.

'அந்த அத்த மேல ஒரே நாத்தமா அடிக்குதும்மா' என அருணாவின் மகன் சுந்தர் சொல்வான். சில நேரம் அருணாவுக்கு அது சுருக்கென்று இருக்கும்.

'என்னாத்துக்குடி வேலய வுட்ட. எங்கொப்பனாலதான் அண்ணனுக்கு ஒரு சொகமும் இல்ல. இப்ப நீயும் வேலைக்கு போகலன்னா எங்கண்ணன் ஆயுசு முழுக்க கஷ்டப்படணும். உனக்கும் ஒம்புள்ளைக்கும் சேத்து' என்று அதிகாரமாகக் கேட்பாள். அருணா பெரும்பாலும் அவள் பேச்சை காதில் வாங்கிக் கொள்பவள் இல்லை. ஆனால் ஒரு அடிவயிற்று குமட்டல் போல அவ்வெண்ணம் எழுந்தது. சக்தியுடன் படுக்கத் தொடங்கிய பிறகு சந்திரசேகர் தன்னைத் தீண்டவே இல்லை என்பது அவளை உறுத்தத் தொடங்கியது. அதை ஒருமுறை கூட எண்ணிப் பார்த்ததில்லை என்பது மேலும் அவளை வறுத்தியது. முதன்முறையாகத் தன்னை நினைத்து அருணாவிற்குக் குற்றவுணர்வு எழுந்தது.

மாலை சந்திரசேகர் வருவதற்காகக் காத்திருந்தாள். அவனுக்காகக் காத்திருக்கிறோம் என்ற எண்ணமே அவளை மலரச் செய்தது. அவனுக்கு பிடித்த உடை, அணிகலன்கள், வாசனைத் திரவியம், எத்தனை முடிக்கற்றைகளை முன்னே விட்டுக் கொள்ள வேண்டும், அவன் வீட்டினுள் நுழையும்போது வரவேற்க வேண்டிய வாசனைகள், ஒலிகள், வீடு எப்படி ஒளியேற்றப் பட்டிருக்கவேண்டும் என்பது உட்பட அனைத்தையும் பார்த்துப் பார்த்துச் செய்தாள்.

நெய் போட்டு கொழுந்து பொன்னாங்கன்னிக் கீரையை மட்டுமே ஆய்ந்து செய்த கூட்டு, நாற்பது நாள் மட்டுமே ஆன மிளகு அதிகம் போட்டு வறுத்த கோழிக்குஞ்சு வத்தல் குழம்பு என அரக்கப்பரக்க வேலை செய்தும், சுந்தர் திரும்பி வரும் நேரம் கூட ஆகியிருக்க வில்லை. ஒப்பனைகளை கலைத்துவிட்டு மீண்டும் குளித்தாள். மீண்டும் ஒப்பனை செய்யத் தொடங்கினாள். முழுக்கவே அவனுக்குப் பிடித்தவளாகத் தயாராகி நின்றபோது மனம் முழுக்க ஒரு நிறைவு துள்ளுவதை அருணாவால் உணர முடிந்தது. திருமணமான புதிதில் சந்திரசேகர் அதிக தயக்கம் நிறைந்தவனாக இருந்தான். முதல் சில தினங்கள் அவள்தான் சொல்லிக் கொடுக்க வேண்டி இருந்தது. அவனை எண்ணும் போதே ஒரு கனிவு மனதில் ஊறிவிடும். வேலைமுடிந்து நேரம் கழித்தே வீட்டிற்கு வருவான். அவள் அவனுக்கு பிடித்தவளாக முதற்பார்வையில்

தென்படவில்லை எனில் அவன் முகம் வாடி விடும். ஏதும் சொல்லவில்லை எனினும் அவளுக்கு அது தெரிந்து விடும். அவன் முகம் மலர்ந்தால் அன்றைய நாள் முழுவதும் அவள் மகிழ்ச்சியுடன் இருந்திருக்கிறாள் என்று அர்த்தம்.

பார்ப்பவர் அனைவரும் அவள் நாளுக்கு நாள் மெருகேருவதை உணர்ந்தனர். அவன் ரசனையின் புற வடிவாகத் தன் உடல் மாறிக் கொண்டிருப்பதை அருணா உணர்ந்தாள். அந்த ரசனை உச்சம் தொட்டபோதுதான் சக்தியை அவள் சந்தித்தாள். தன்னைக் கண்டு கொள்ளாத விழிகள் அவளுக்கு சவாலாயின. மேலும் பதற்றம் இல்லாமல் இயல்பாக அவளுடன் அவன் பழகியதும் அவளுக்கு அறைகூவலானது.

கண்ணாடி முன் நிற்கையில் மீண்டும் அதே பழைய அருணாவை அவளால் காண முடிந்தது. கண்ணீர் துளிர்த்திருந்தது அவள் முகத்தில். மிக அழகான பெண் முகத்தில் கண்ணீரை விட முழுமையை உண்டாக்கும் வேறொரு ஒப்பனை பொருள் இருக்கவே முடியாது. விழிநீர் ஏறி கனத்த விழிகளுடன் நிறைந்த பேரழகுடன் கதவைத் திறந்தாள். தூய்மையான வெறுப்புடன் சந்திரசேகர் அவளைக் கடந்து உட்சென்றான்.

'நான் என்ன தேவுடியாவா' என்று சத்தமாக அறைந்த சித்தத்தின் கனல் முகத்தில் படர வாசல் கதவருகே நின்றிருந்தாள். அவன் திரும்பவே இல்லை. உடனே எழுந்த எண்ணம் செத்துவிட வேண்டும் என்பதுதான். சுந்தரைப் பார்த்த போது 'அவங்கெடக்குறான் மயிராண்டி' என்றுதான் எண்ணத் தோன்றியது. தனக்கென மட்டும் வாழ விரும்பினாள். பிறகு சக்திக்கென. அவனைக் கொல்லவேண்டும் அல்லது அவனுடன் சேர்ந்து இவனைக் கொல்லவேண்டும் அல்லது சுந்தருக்குப் பயிற்சி அளித்து இரண்டு பேரையும் கொல்லவேண்டும் அல்லது மூன்று பேரையும் நான் கொல்லவேண்டும். சுந்தரை ரொம்ப கஷ்டப்படுத்தக் கூடாது. இவனை பெரிய பானையில் போட்டு தண்ணீர் ஊற்றி கொதிக்க வைக்கவேண்டும். அவனுக்கு உடலை அளித்தபடியே கழுத்தைக் கடித்து ரத்தம் உறிஞ்சிக் கொல்ல வேண்டும். அவள் சித்தம் செல்லும் திசையைக் கண்டு அஞ்சினாள். அந்த உயரத்தில் இருந்து குதித்தவளின் அச்சம் அழுகையானது. ஒரு வார்த்தை பேசாமல் அவனுக்கு உணவெடுத்து வைத்தாள்.

மறுநாள் விடிந்த போது அருணா ஒன்றைக் கவனித்தாள். அவள் மனதில் இருந்த மலர்வு வீட்டில் இல்லை. அது கலைந்து

கிடந்தது. அந்தப் புறக்கணிப்பின் சோம்பேறித்தனம் ஒவ்வொன்றிலும் பிரதிபலிப்பதைக் கண்டபோது பெருஞ்சோர்வு எழுந்தது. அதனை அப்படியே பிடித்து வீசிவிட்டு தலையை முடிந்தவாறு எழுந்தாள். ஒவ்வொன்றையும் அடுக்கத் தொடங்கினாள். பரணில்நான்கு பெரிய கோணிகளில் மூட்டை கட்டிக் கிடந்த வெங்கலப் பாத்திரங்களை எடுத்து விளக்கி வைத்தாள். பையைப் பிரித்துக் கொட்டுவது போல வீட்டைத் திருப்பிக் கொட்டி ஒட்டடை அடித்தாள். தும்மல் அதிகமாகி மாலையில் காய்ச்சல் வந்தது. அது சந்திரசேகருக்குத் தெரியக் கூடாது என்ற கவலையும் சேர்ந்துகொண்டது. மேலும் வீட்டில் இருந்த பாதிப் பொருட்கள் வாசலில் இருந்தன. ஆனால் அவன் எதுவும் கேட்கவில்லை.

கோடாளித் தைலம் போட்டு வேது பிடித்தது, பாராசிட்டாமால் மாத்திரை, ஆடுதொடாயிலைக் கசாயம் என அன்றைக் குள்ளாகவே காய்ச்சலைப் போக்கிக் கொண்டாள். மறுநாளும் உன்மத்தம் பிடித்தவள் போல் வேலை செய்தாள். வெயிலேறும் வரை அலங்கோலமாய்க் கிடந்த தோட்டத்தில் உழன்றாள். பத்து மணி வரை மண்வெட்டி பிடித்ததால் சூரியன் தலைக்கு மேலேறியபோது ஓங்கரித்து வாந்தி எடுத்தபடி வெட்டிக் கொட்டியிருந்த பாத்தியில் விழுந்தாள். அனிச்சையாய் எழுந்து போய் ஷவருக்குக் கீழே நின்றாள். அவ்வுடைகளை அங்கேயே களைந்துவிட்டு மாற்றுடை அணிந்து வீட்டு வேலைகளைத் தொடங்கிவிட்டாள். தேவையில்லாத காகிதங்கள் வரை ஒன்று விடாமல் பிரித்தாள். அவள் புடைவைகள், சந்திரசேகருடைய உடைகள், சுந்தரின் உடைகள் என அனைத்திலும் பழையதாகிப் போனவற்றைப் பிரித்தெடுத்தாள்.

'சுரேஷம்மா, இதெல்லாம் என்ன பண்றதுன்னு தெரியல. ஒங்க பையன்தான் ஏதோ வெல்பேர் டிரஸ்டல இருக்கார்ல. அதுல யார்கிட்டயாவது கொடுத்திட முடியுமா' என்று அம்மாவிடம் கெஞ்சும் குரலில் கேட்டவளை நான் ஆச்சரியமாகப் பார்த்து நின்றேன்.

மேலும் ஒரு வாரம் யார் முகத்தையும் நிமிர்ந்து பார்க்காமல் அலைந்தாள். வீட்டில் வேலை எதுவும் இல்லாமல் ஆகியபோது தனிமை அவளை அச்சுறுத்தத் தொடங்கியது. யாரோ தன்னை வந்து பிடித்துக் கொள்ளப் போவதாக, தன்னைக் குற்றம்சாட்டப் போவதாக எண்ணி மயங்குவாள். மேலும் அவளே அருவருக்கும்

அழுகை அடிக்கடி அவளுக்கு வரத் தொடங்கியது. குளிக்கக்கூட மறந்த ஒரு முன்னிரவில் சுந்தரைத் துங்கப்பண்ணிவிட்டுப் பூ கட்டிக் கொட்டிருந்தாள். கைகள் அனிச்சையாய் அந்த வேலையை செய்துகொண்டிருக்க மனம் தன்னிரக்கத்தில் திளைக்கத் தொடங்கியது. அவளறியாமலேயே கன்னங்களில் கண்ணீர் வழிந்து கொண்டிருந்தது. மார்புச் சேலையை கண்ணீர் நனைத்தபோதே அழுது கொண்டிருக்கிறோம் என்ற தன்னினைவு எழுந்தது.

சரியாக அதைப் பார்த்து அவள் அழுகை பெருகுவதற்கும் சந்திரசேகர் வீட்டினுள் நுழைவதற்கும் சரியாக இருந்தது. அவனைக் கண்டதும் ஏனென்று சொல்ல முடியாமல் தொண்டை கிழிபட மேலும் உரத்துக் கூவத் தொடங்கினாள். சந்திரசேகரும் அழத் தொடங்கினான். அப்போது கூட சக்தி இத்தருணத்தில் அழுதிருப்பானா என்று அகத்தின் ஒரு பகுதி ஒப்பிட்டது. அதனை மறுக்க மேலும் சத்தமாக அரற்றினாள். உதட்டோடு சேர்த்து முத்தமிட்டு அவளை அழைத்துச் சென்றான். புகையும் மதுவும் அற்ற சக்தியின் தூயக் குடலின் இதழ் முத்தத்துடன் உதட்டோரத்து வியர்வையும் மாமிச வாடையும் சிகரெட் நாற்றமும் கொண்ட சந்திரசேகரின் முத்தத்தை மனம் ஒப்பிட்டது. தளராத வெள்ளுடலுடன் கருத்த சந்திரசேகரின் உடலை ஒப்பிட்டது அவள் மனம். ஆனால் அவள் அதை அனுமதிக்கவே செய்தாள். ஒரு கழிவு நீக்கமென அவனை தன்னுள் இருந்து நீக்குவதாக அப்புணர்வினை வகுத்துக் கொண்டாள். அவள் தூங்கிய பின்னிரவில் மீண்டும் சந்திரசேகர் அவளை எழுப்பிய போது தன்னை முழுதும் அவனுடன் உணர்ந்தாள். கனமான அந்த கரிய உடல் அவள் மீது கிடப்பது முதன்முறையாக பாதுகாப் பானதாகவும் தைரியம் தருவதாகவும் இருந்தது. மனம் முழுதாக தெளிந்திருந்த அந்த நிலையில் அவள் சொல்லிக் கொள்ள மறுத்த ஒன்று அவள் நினைவில் எழுந்தது.

நாட்கள் தவறி அன்றோடு இரண்டாவது மாதம்.

எதன் முன்னோ தலை குனிவது போல இருட்டில் எழுந்து அமர்ந்தவள் தலைகுனிந்தாள். சக்தி ஒருமுறை சொன்னதை வெறுப்புடன் எண்ணிக் கொண்டாள்.

பைபிளில் இறைவன் பாவமென வகுத்த செயலை செய்யக் கூடாது, சில போர்ன் படங்களில் செய்வது போல.

21

பிரபல மனநல மருத்துவர் திருவருட்செல்வனின் உரை.

நண்பர்களே

இதுவொரு வித்தியாசமான அரங்கு. மூன்று ஆண்டுகளுக்கு முன்பு வரை இது போன்றதொரு பொது மேடையில் என்னை பேசச் சொல்லி இருந்தால் எனக்கு உதறல் எடுத்திருக்கும். இப்போது கூட மிகுந்த தயக்கங்களுக்கு பிறகு நண்பர்களின் சோர்ந்த முகத்தை பார்க்கும் மனத்திடம் இல்லாததால் என்னைக் கோமாளி ஆக்கிக் கொள்ள அல்லது பலரது எதிரியாகத் துணிந்தே உங்கள் முன் நிற்கிறேன்.

கல்லூரிக்குச் செல்லும் வரை கிராமத்தில் கழித்தவன் நான். அதன்பிறகு இன்றுவரை என் கிராமத்திற்கு சென்று வரவேண்டும் என்ற உந்துதலோ எழுச்சியோ எனக்கு ஏற்பட்டதில்லை. ஏனெனில் பசப்பாமல் சொல்வதென்றால் கிராமங்களில் இருந்து தப்பி ஓடியாக வேண்டிய கட்டாயத்தை என் போன்ற நாற்பதைக் கடந்த எல்லோருமே உணர்ந்தே இருப்பார்கள். மீண்டு சென்று காண்பதற்கு தமிழ் கிராமங்களில் ஏதும் இருப்பதாக எனக்குத் தோன்றவில்லை. நேற்றுவரை இதனை வெளிப்படையாகச் சொல்வதற்கு ஒரு தயக்கம் இருந்தது.

நண்பர்களே, வருத்தத்துடன் சொல்கிறேன். இன்று அதுபோன்ற தயக்கங்கள் எதுவும் என்னிடம் இல்லை. அதற்கான காரணத்தை சொல்வதற்கு முன் நம் கிராமங்களை நான் எப்படிக் காண்கிறேன் என்பதையும் உங்களிடம் சொல்லவேண்டும்.

மாநகரங்கள் மற்றும் நகரங்களில் வசிப்பவர்களின் எண்ணிக்கை ஒவ்வொரு ஆண்டும் உயர்வதை, ஒவ்வொரு பெரிய ஊரும் நகரமாவதை, நகரங்கள் மாநகரங்கள் ஆவதை நாம் கண்டபடியே உள்ளோம். கடந்த பத்தாண்டுகளில் இந்த மாற்றம் வெகு விரைவாக நிகழ்ந்துள்ளது. வல்லுநர்கள் கருத்து சொல்லத் தொடங்கி இருக்கின்றனர். ஆனால் அதையும் கடந்து என்னுள் இருக்கும் அந்த கிராமத்தான் இங்கு நடக்கும் மாற்றங்களை இன்றும் பதைப்புடனே நோக்குகிறான். இளைஞர்கள் மத்தியில் பெரும் செயலின்மையை, சோர்வை, ஆற்றலின்மையை, நம்பிக்கை இன்மையை இன்றைய சமூகம் உருவாக்கி இருப்பதன் ஒரு சிறிய குறியீடாக மட்டுமேகாளான் குடைகளாய்ப் பெருகி இன்று பூசனம் பூக்கத் தொடங்கி இருக்கும் பொறியியல் கல்லூரிகளைச் சொல்ல முடியும். பழைய செய்தியை கையில் எடுக்கிறேன் என எண்ண வேண்டாம் நண்பர்களே. இது சற்று புதிதுதான். இலக்கற்றவர்களாக, நம்பிக்கை அற்றவர்களாக மாறி அனைத்தையும் வசைபாடும் ஒரு வெற்றுக் கூட்டத்தை சமூக வலைதளங்களில் தினம் தினம் அமைதியின்மையோடு பார்த்துக் கொண்டிருக்கிறேன். மறுபுறம் தம்முடைய நாசூக்கினால் மாதம் அரை லட்சத்திலிருந்துசில லட்சம் வரை சம்பளம் வாங்கிக் கொண்டு அதனை மேலும் சில லட்சங்களாக பெருக்க முனைந்து கொண்டு உடற்தினவினை போக்கிக்கொண்டு அமைதியாகவும் ஆரோக்கியமாகவும் வாழும் இன்னொரு செயலற்ற தலைமுறை. இவர்களுக்கிடையே அச்சுறுத்தும் இடைவெளி உருவாகி இருக்கிறது. அதே நேரம் பயமுறுத்தும் சமநிலையும் உருவாகி இருக்கிறது. நேற்றைய பணக்காரன் தன்னைவிட உயர்ந்தவன் எனச் சாதி அடிப்படையிலோ அறிவடிப்படையிலோ ஒருவனால் வசதியாக நம்ப முடிந்தது. ஆனால் இன்று 'நான் படிச்சத தான அவனும் படிச்சான். எனக்கு மட்டும் ஏன் வேல கெடக்கல' எனக் கேட்பவனிடம் 'உனக்கு தெறம பத்தல, நீ சோம்பேறி, காலேஜில நீ ஒழுங்கா படிக்கல, உன் ரத்தத்துல படிப்பில்ல, உனக்கு அதிர்ஷ்டம் இல்ல' என எந்தக் காரணத்தை சொல்லியும் நாம் தப்ப முடியாது. அவன் அடுத்த கேள்வியைக் கேட்பான். 'அப்படின்னா நான் ஏன் அவனுக்கு ஈக்குவலா படிச்சேன்' என்று.

நண்பர்களே, மிக ஆபத்தான கேள்வி. நம் மொத்த சமூகமும் எதிர்கொள்ளப் பயந்து விலகி விலகிச் செல்லும் கேள்வி இது. இக்கேள்வி என் உறவினர்களில் ஒரு இளைஞனைப் பலி கொண்டது. அவன் பெயர் சுரேஷ். தற்கொலை

செய்துகொண்டான். அவன் தற்கொலைதான் கிராமம் குறித்த என் நினைவில் எஞ்சியிருந்த இறுதிச் சொட்டு ஈரத்தையும் அழித்தது.

அவன் எழுதிய கடிதம் ஒன்றையும் புத்தகமாக அச்சிடப்பட்ட நூல் ஒன்றையும் என்னிடம் கொடுத்தனர். 'ஒளிர்ந்த நிழல்' என்று பெயர் என நினைக்கிறேன். அவன் மனதில் மண்டியிருந்த குழப்பங்களையும் இந்தப் பத்து வருட மாற்றங்களைத் தாங்கிக் கொள்ள முடியாத ஆண்மை இன்மையையும் என்னால் அவன் எழுத்துக்களில் காண முடிந்தது. அவனுடைய நூலை நான் படிக்கவில்லை. அதுவும், ஒழுங்கான வேலை வெட்டி எதுவும் இல்லாத அவன் நண்பர்களால் பதிப்பிக்கப்பட்ட ஒரு புத்தகம்தான். ஆனால் அதில் என்னைக் கவர்ந்தது என்னவெனில், நான் சொல்ல நினைக்கும் சடுதியில் நடந்த ஒரு மாற்றத்தைச் சித்தரிக்கும் ஒரு தன்மை அந்த நூலில் இருந்தது. விரைந்து நகரும் காலத்தில் அடிபடாமல் தப்ப நினைக்கும் ஒரு எளிய கிராமத்தானாக அந்த நூலில் குணா என்ற கதாப்பாத்திரம் சித்தரிக்கப்பட்டுள்ளது. தன் கூர் உகிர்களை இழந்த வீட்டு மிருகம் குணா. உகிர்கள் வன்முறையை உருவாக்கும். உகிர்களைத் தேய்த்துத் தேய்த்துத்தான் அறிவாக மாற்றுகிறோம். மனதில் திமிறும் அடங்கா ஆற்றலை வழிப்படுத்தி நெறிப்படுத்தியே நம்மை மேலேற்றிக் கொள்கிறோம்.

ஆனால் குணா ஒரு செயலற்ற இளைஞர் கூட்டத்தின் அடையாள மாக என் கண் முன்னே தெரிகிறான். உகிர்களின் கூர்மையையும் போராட்ட மனநிலையையும் இழந்து அறிவையும் கூர்மைப் படுத்தாத ஒரு வெற்று மனிதன். வீண் மனிதன். ஒரு பக்கம் ஏற்கெனவே வசதியுடைய குடும்பங்களில் பிறந்து மெல்ல மெல்ல மேலும் மேலும் தங்களை உயர்த்திக் கொண்டபடியே செல்லும், உச்ச நுகர்வில் திளைக்கும் ஒரு சமுதாயம். மற்றொரு புறம் உண்மையான மனவலுவை இழந்த உணர்வுகளும் சுலபமாக அடிமையாகக் கூடிய எதிர்காலம் குறித்த புறவயமான பார்வையற்ற ஒரு சமுதாயம்.

நண்பர்களே, நம்மில் பெரும்பான்மையோர் முன்னதில்தான் வருவோம். ஆகவே சாக்குபோக்கு சொல்லிக் கொள்ளமால் சமூகத்தின் இன்னொரு தளத்தை பாருங்கள் என்று உங்களை கேட்டுக் கொள்கிறேன்.

நன்றி

திருவருட்செல்வன் பேசி முடித்ததும் அவரைச் சுற்றி ஒரு சிறிய கூட்டம் கூடியது.

நான் அவரை நெருங்கி 'ஹலோ சார்' என்றேன்.

'உங்கள...' என இழுத்தார்.

'சுரேஷோட அண்ணன்' என்றேன்.

'ஓ நீங்க... ரகு தான. எப்படி இருக்க ரகு?' என முகம் மலர்ந்து கை கொடுத்தார்.

'அவன் எழுதின புக் பேரு ஒளிர்நிழல் சார்' என்று மட்டும் சொல்லிவிட்டுத் திரும்பி விட்டேன்.

மகேந்திரன் முத்துசாமியின் எண்ணை அலைபேசியில் இருந்து அழித்தேன்.

22

அந்த மனிதரை ஏன் இவ்வளவு வெறுக்கிறேன்? அவருடைய ஒவ்வொரு அசைவும் கோபத்தைக் கிளறுகிறது. அவரை உரித்து வைத்தது போல இன்னொரு பிறவி குணா. எந்தச் செயலையும் முழு மனதோடு தயக்கமின்றி எடுக்கத் துணியாதவர்கள் இருவரும்.

ஜியோ வாங்கியதில் இருந்து அம்மா அவள்தங்கையுடன் நெடுநேரம் என் அலைபேசியில் உரையாடுவாள் மொட்டை மாடியில். அந்த நேரங்களில் கீழே இருப்பது பெரும் அவதியாக இருக்கும். நான் ஏதேனும் வாசித்துக்கொண்டு அமர்ந்திருப்பேன். நான் அவ்விடத்திற்கு வருவதற்கு முன்னரே இந்த மனிதர் அங்கு இருந்திருப்பார். மனதளவில் சிறுத்துப் போனவர்களை இருந்தாலும் இல்லாதவர்களாகவே மனம் கற்பனிக்கிறது.

அன்று அம்மா கீழே வந்ததும் நேரே சமையலறைக்குள் சென்று விட்டாள். இந்த மனிதர் முகத்தில் வரவழைத்த ஒரு போலி புன்னகையுடன் 'அப்படி என்னாதான் பேசுவீங்க அக்கா தங்கச்சி எல்லாம்' என்றபடியே அம்மா பின்னே சென்றபோது கடுமை யான வெறுப்பு மனதில் பரவியது. புதிய சொற்கள் ஒன்று கூட இல்லாத மனிதன். கிட்டத்தட்ட பத்து வருடங்களுக்கு முன்பே இவ்வார்த்தையை அவர் சொல்லி நான் கேட்டிருக்கிறேன். ஆனால் மெல்லிய துணுக்குரலாக அதை உணர்ந்தேன். அம்மா அவருடைய குரலுக்கு எதிர்வினை ஆற்றவில்லை. அந்த மனிதன், குறிப்பாக அவரைப் போன்ற ஒரு மனிதன், அந்நேரம் எப்படி துடித்துப் போவான் என்பதை என்னால் முழு மனதுடன் உணர

முடிந்தது. அருணா என்னால் அன்று அடைந்த அவமானத்தை விட நூறு மடங்கு விசை கொண்ட புண்படல். ஆனால் அவருக்கு ஆறுதல் சொல்ல என்னால் முடியவில்லை. காலத்தைக் கண்டு திகைத்து நின்று விட்ட எளிய மனிதன். அவனை விட எளியவர் களை மட்டும் கருணையோடு நோக்கக் கற்றவன். உண்மையை நிதர்சனத்தை நோக்கும் திறனே இல்லாதவன். இப்படிப்பட்ட ஒருவரின் மகன் நான் என்பதே என்னைப் புண்படுத்தியது.

அம்மாவிடம் குணாதான் குடும்பக் கதைகளை மீண்டும் மீண்டும் கேட்டுக் கொண்டிருப்பான். என்னைப் பொருத்தவரை என் அப்பா தாத்தாவிடம் கொண்ட பயத்தின் எதிர்த்தட்டில் தன் வீரத்தை வைத்திருப்பவர். ஆகவே, அப்பாவிடம் மரியாதையான பிள்ளை ஊருக்குக் கோபக்கார பிள்ளை என்றொரு பிம்பம் அவர் மேல் இருந்திருக்கிறது. அம்மா மெல்ல மெல்ல இரண்டு பிம்பங்களையும் உடைக்கத் தொடங்கிவிட்டாள். அப்பாவைத் தனிக் குடித்தனத்திற்குச் சம்மதிக்க வைத்தது, விவசாயத்தில் இருந்து அவரை வெளியே எடுத்தது, எல்லாமே அவளுடைய தனிப்பட்ட சாதனைகள். அவள் மாமனாருக்குப் பைத்தியம் பிடித்ததற்கும் என் அம்மாவையே காரணமாகச் சொல்லலாம்.

'நாளைலேர்ந்து இந்த ஊட்ல என்னால சோறு திங்க முடியாதுடி. நான் சாகிறேன். நீங்கெள்ளாம் நிம்மதியா இருங்க' என்று உயர்ந்து ஒலிக்கும் அப்பாவின் குரல் என்னைத் துணுக்குறச் செய்தது. மறுநொடி ஒரு நிம்மதி மனதில் பரவியது.

நான் ஒன்றும் சொல்லாமல் கதவருகே வந்து நின்றேன். வழக்கம் போல் என் விழிகளைச் சில நொடிகள் சந்தித்துவிட்டுத் தலையைத் தாழ்த்திக் கொண்டார். ஒருவேளை அவர் அப்படிச் செய்யாமல் இருந்திருந்தால் நான் மேற்கொண்டு எதுவும் கேட்டிருக்க மாட்டேன்.

'உங்களுக்கு என்ன பிரச்சினை?' என்று நான் சாதாரணமாகக் கேட்டதற்கே அவர் முகம் வெளுத்துவிட்டது. குணாவும் குன்றிப் போனவனாக எழுந்து கொண்டான். வண்டிகள் செல்லும் ஓசைகள் மட்டுமே அந்த காட்சிக்கு பின்ணனி அமைத்தன. அவருடைய வசனங்களை அதே உணர்ச்சியுடன் நான் சொல்லிப் பார்த்துக் கொண்டேன்.

'கேப்படா ஏங்கேக்க மாட்ட. ஒங்கொம்மா சொல்லி வளந்த பயலுவ தானடா நீங்க. எங்குடும்பத்தையும் நெருங்க வுடமா அனாதையா கொண்டு வந்து டவுன்ல தள்ளிபுட்டீங்க. எஞ்சாதி

சனம் எங்கூட இருந்தா இந்த எச்சி சோத்த தின்னு உயிரோட இருப்பனா? காத்தவராயன் பேரன் குடுத்தவனா மட்டுந்தாண்டா இருப்பான். எக்கேடோ கெட்டு ஒழிங்க. உங்களுக்கு ஒலச்சே நஞ்செறிங்கி நிக்கிதுடா உடம்பு. பரவால்ல வாசல்ல கட்டி வெச்சாவது கஞ்சி ஊத்தாமையா போயிடுவானுங்க எந்தம்பிங்க' என்று சொன்னால் சரியாக இருக்கும். ஆனால் அந்த மனிதன் அதையும் சொல்லவில்லை.

வெறுப்பேற்படுத்தும் மற்றொரு முகபாவனை. இப்படி ஒருவர் மேல் எரிச்சல் எழ முடியுமா? முடியுமென்றுதான் தோன்றுகிறது. பதினொன்றாம் வகுப்பில் தமிழ் சொல்லிக் கொடுத்த கவிதா டீச்சரின் நினைவெழுந்தது. எல்லா அசைவுகளிலும் மனதில் காமத்தை மட்டுமே எழுப்பும் உருவம். நண்பர்களுடன் சேர்ந்து அவரைக் கடத்துவதாய் - அப்போது ஒரு படம் கூட பார்த்த ஞாபகம் இருக்கிறது. ராதிகா ஆசிரியையாக இருப்பார். முரளியும் அவருடைய நண்பர்களும் சேர்ந்து அவரைக் கடத்தி விடுவார்கள் - கொஞ்சமாக பணம் சேர்த்துக்கொண்டு ஹோட்டல்களில் சாப்பாடு வாங்கிக்கொண்டு சாப்பிடும் நேரம் தவிர மற்ற நேரங்களில் டீச்சரைக் கட்டிப்பிடித்த படியே கிடக்கவேண்டும் என்ற விபரீதமான பகற்கனவுகளில் மூழ்கடிப்பார் அந்த ஆசிரியை. சுய மைதுனம் செய்யத் தொடங்கியது கூட அந்த வயதில்தான். பாராட்டின் ருசியை உணர்ந்தது கவிதா டீச்சரிடம் இருந்துதான்.

என்னுடைய ஒவ்வொரு செயலையும் பாராட்டுவார். பழைய சி.டிக்களில் கலர் பேப்பர் ஒட்டி ஆண்டுவிழாவின் போது வகுப்பை அலங்கரித்தது, வரவேற்பிற்கு உரை எழுதிக் கொடுத்தது, ப்ராக்டிகல்ஸ் நடைபெற்ற போது எக்ஸ்டர்னல் எக்ஸாமினரைக் கவனித்துக்கொண்டது, ஹை ஜம்பில் முதல் பரிசு பெற்றது என ஒவ்வொன்றுக்கும் என்னைப் பாராட்டுவார். அப்படி அவர் பாராட்டும்போது மட்டும் மனம் குன்றிப் போகும். தள்ளியிருந்து கவனிக்கும்போது மனதில் எழும் காமத்தை அணைப்பதாக இருக்கும் அவர் பேச்சு.

அப்படி ஒவ்வொரு அசைவிலும் ஒருவர் காமத்தை கிளர்த்த முடியுமெனில் ஒவ்வொரு அசைவிலும் மற்றொருவரால் வெறுப்பும் ஏற்படுத்த முடியும்தானே.

'சந்திரசேகர் தம்பியோட பொண்டாட்டி வீட்டுக்கு வந்திருச்சு' என்றாள் அம்மா. அதனை நான் எதிர்பார்க்காததால் சற்றே அதிர்ந்து விட்டேன். அருணாவை எண்ணும் போதெல்லாம் அந்த ஒன்றரை வயதுப் பெண் குழந்தையும் நினைவிற்கு வந்து

விடுகிறது. அவள் என்னுடனான உறவில் அவளுக்குப் பிறந்தவள். என்னால் மட்டுமே அடையாளம் காணக்கூடிய சில கூறுகளை அவளிடம் காண முடிகிறது. இரண்டு முறை மட்டுமே அவள் முகத்தை நெருக்கத்தில் கண்டிருக்கிறேன். சிவபிரபா எனப் பெயரிட்டிருப்பதாக அம்மா சொன்னாள். அழகான பெண் குழந்தை. ஆனால் அவளைக் காணும்போது என்னை மைக்ரோ ஜெராக்ஸ் எடுத்ததாக ஒரு எண்ணம் தோன்றும். மற்றபடி மன எழுச்சி எல்லாம் அடைந்ததில்லை. ஒரு விதத்தில் எதிர்காலத்தில் எனக்குச் சிக்கலாக வாய்ப்பிருக்கும் ஒரு உயிர் அவள். என்னுடைய முதலும் கடைசியுமான நிதானமில்லாத அடி.

அம்மாவுக்கும் என் பாவனைகள் அவளிடம் கண்டு கொள்ள முடிந்திருக்குமா என்று எண்ணியபோது மனம் பதறியது. பதற்றத்தை விழுங்க சில நொடிகள் அலைபேசியைப் பார்த்தவாறு குனிந்து அமர்ந்திருந்தேன்.

பின்னர் சரியாகக் காதில் வாங்கிக் கொள்ளாதவன் போல் நிமிர்ந்து 'யாரும்மா யாரு வந்திருந்தா?' என்றேன். அந்நேரம் அம்மாவின் முகத்தைக் கவனிக்க வேண்டியது மிக அவசியம் என்று தோன்றியது. அவள் முகத்தில் மாற்றம் இல்லாதிருந்தபோது மனதில் நிம்மதி பரவியது. ஒரு புறம் ஏமாற்றமாகவும் இருந்தது. அவள் தன் நுண்மையை இழக்கத் தொடங்கி இருந்தாள். ஒருவேளை அவள் தன் நுண்மையை இழக்கத் தொடங்கிய பிறகே நான் எல்லை மீறத் தொடங்கினேனா? குணா அப்படியல்ல. இன்றுவரை அவளை ஒரு லட்சிய உருவமாகவே காண்கிறான். அவனுடைய தோல்விகளுக்கு அவளும் ஏதோவொரு விதத்தில் காரணம்.

ரொம்பவே மனம் இளகியிருந்தது. அம்மாவை நினைத்துக் கொண்டிருந்தால் அழுகை கூட வந்துவிடும் என்று தோன்றியது. 'சந்திரனோட வீட்டுக்காரிடா. அருணா. இப்ப ஒரு பொம்பள புள்ள பொறந்திருக்கு' என்றவள் யார் ஜாடையில் அது இருக்கிறது என நினைவோட்டத் தொடங்கினாள். இவ்விடத்தில் அவளை வெட்டித் திருப்பவேண்டும். 'டேய் குரூப் டு ரிசல்ட் என்னாச்சு? எப்ப வருது?' என சற்றே கடுமையாகக் குணாவின் பக்கம் திரும்பினேன்.

'தெரியல' என்றான் நாற்காலியில் குறுக்கு போட்டுக்கொண்டு அலைபேசியை நோண்டியவாறே. என் முகத்தில் மேலும் கடுமையை ஏற்றிக்கொண்டு அம்மாவின் பக்கம் திரும்பினேன்.

'கேக்குரான்ல. அப்படி எவதான் அவுத்து போட்டு ஆடுறா. பொழுதன்னைக்கும் அதயே நோண்டிகிட்டு இருக்க' என்று

அவன் பக்கம் திரும்பினாள். வெற்றி பெற்ற திருப்தி எழுந்தது. இவை எதற்குமே தொடர்பில்லாமல் அப்பா பத்திரிக்கையில் மூழ்கி இருந்தார். அவர் செய்தித் தாளிலும் பெரிதாக எதையும் வாசிப்பதில்லை. செய்தித்தாளுடன் அமர்ந்திருப்பது ஒரு தோரணையைத் தருகிறது. அதற்கென மட்டுமே அப்படி அமர்ந்திருக்கிறார்.

அம்மாவிடம் ஏதோ பேசுவதற்காக நான் உள்ளெழுந்து செல்லக் காத்திருக்கிறார். நான் உள்ளே செல்லவில்லை. அடிக்கடி அவரை நான் பார்க்கத் தொடங்கியபோது அவருள் சங்கடமான அசைவுகள் உருவாகத் தொடங்கின. புழுவை தீயில் வாட்டும் போது ஏற்படும் நெளிவுகள் போல. 'இப்ப ஏன் சோறு திங்க முடியாதுன்னு சொல்லிட்டு இருந்தீங்க' என்ற கேள்வியைத் தொண்டையில் போட்டு விழுங்கினேன். ஆனால் எழுந்து மட்டும் செல்லவில்லை. ஒரு நொடி அம்மாவின் பார்வை என்னை நோக்கிக் கெஞ்சவேண்டும் அல்லது என்னை மறைமுகமாகப் புறப்படச் சொல்லி அவரோ அவளோ வற்புறுத்தவேண்டும் என்று எண்ணினேன். தேர்வு முடிவுக்குக் காத்திருப்பது போல ஒரு பதற்றம் மனதை கவ்வியது. இதுவரை வாழ்ந்த வாழ்வில் மிகப்பெரிய தீங்கையோ மிகப்பெரிய முன்னெடுப்பையோ நிகழ்த்துவதாக, என் திரண்ட முழு வாழ்வும் அந்தக் கணத்தில் நின்று தத்தளிப்பதாக, என்னுடைய இறுதித் தடைகளை உடைத்தெறியப் போவதாக, நான் எந்தளவிற்குத் தைரியமானவன் எனச் சோதித்துக் கொள்வதாக, அந்த நிகழ்வினைக் கற்பனை செய்தேன். அந்த நொடியில் அந்த மனிதரைத் தொகுத்துக் கொள்ள அனுமதித்து விடக்கூடாது என்பதில் ஒரு மூர்க்கமான பிடிவாதம் எழுந்தது. குணா ஏற்கெனவே விழிகளால் என்னைக் கெஞ்சத் தொடங்கி விட்டான். இது என் வீடு, இவன் என் சகோதரன், இவர்கள் என்னை ஈன்றவர்கள் என எத்தனையோ வார்த்தைகளில் அங்கிருந்து எழுந்து செல்வதற்கான கனிவுகளை மனதில் உருவாக்கிப் பார்த்தேன். ஆனால் அந்தக் கல்குணம் இம்மியும் அசைந்திருக்க வில்லை. கட்சியில் இணைவதற்காக இளஞ்செழியனைச் சந்தித்தப்போதுகூட இத்தகைய பதற்றம் எழவில்லை. சில கேள்விகள் கேட்டார். பதிலில் தீர்க்கமான அலட்சியம் தொனிக்க வேண்டும் என்று மட்டும் முன்னரே முடிவு செய்திருந்தேன்.

'எல்லா கட்சியிலும் யோசிக்கிறவங்களுக்கு தனி இடம் இருக்கும் தம்பி. அவங்க கொடுக்கற சரக்க வாங்கி ஊத்தித்தான் கட்சியோட பிம்பமா நிக்கிறவங்க செயல்பட முடியும். ஆனா உன்ன எந்த லிஸ்டல சேக்குறதுன்னே தெரியல. ஆனா நீ ஆபத்தான ஆள்னு

மட்டும் தெரியுது. உள்ள நுழையறப்பவே என் சீட்டதான் நீ குறி வெக்கிற, சரியா?' என்றார்.

சற்றே அதிர்ந்துவிட்டேன். அவர் சொன்னதை முழுதும் நம்பவோ நம்பாமல் இருக்கவோ முடியவில்லை. அவருடைய வார்த்தை களை என் முடிவுகளாக மாற்ற முயல்கிறார் என ஒரு புறமும், என் ஆழ் மனதில் எண்ணியது தோண்டி எடுத்து விட்டார் என மறுபுறமும், சம்பிரதாயத்துக்கும் என்னைப் புகழ்வதற்கும் ஏதோ சொல்கிறார் என இன்னொரு புறமும் தோன்றியது. அப்படி சம்பிரதாயத்துக்குப் பேசுகிற ஆள் கிடையாது அவர். ஒடுக்கம் சிற்றிதழின் ஆசிரியராக அவர் இருந்தபோது நான் பள்ளி மாணவன். என்னுடைய சில கவிதைகளையும் எதிர் சாத்தியங்கள் என விளையாட்டாகநான் எழுதியகட்டுரையையும் அவர்தான் பிரசுரித்தார். அதன்பிறகு நான் ஏதும் எழுதவில்லை. சமூக மாற்றத்தை விரும்பும் அப்பாவிகளுக்கான களம் எழுத்து என்று உணர்ந்துகொண்டேன். இளஞ்செழியன் அதே நேரத்தில் சிறு பத்திரிகைகளில் இருந்து வெளியேறினார். வளர்ந்து வரும் சாதிய ரீதியான ஒருங்கிணைதலைப் பயன்படுத்தி ஒரு கட்சி தொடங்கினார். டெல்டா வட்டாரங்களில் அவரைச் சரிகட்டாமல் வெல்வது அரிது என்ற சூழலை சென்ற தேர்தலிலேயே உருவாக்கி இருந்தார். மிகப்பெரிய அளவில் கட்சி பரவவில்லை என்றாலும் பெரிய கட்சிகளின் வட்டாரப் பணியாளர்கள் ஏதோவொரு விதத்தில் இளஞ்செழியனைத் தம் பக்கம் வைத்திருப்பது அவசியம் என்ற எண்ணம் உருவாகத் தொடங்கியது. மாவட்டச் செயலாளர்கள் சிலரின் வாகனம் திருச்சிக்கு வெளியே இருக்கும் இளஞ்செழியனின் வீட்டிற்கு வந்தபோது அது செய்தியானது. வேலை வெட்டி இல்லாத பலரை அவரை நோக்கி ஈர்த்தது. ஒரு பக்கம் சமூக நீதிப் போராளியாகவும் மறுபக்கம் சிந்தனையாளராகவும் இன்னொரு பக்கம் சாதிப் பங்காளியாகவும் தன்னை வெற்றிகரமாக காட்டிக் கொள்ள இளஞ்செழியனால் முடிந்தது.

அவரைத் திட்டவட்டமாக வரையறுத்து யாராலும் ஒதுக்க முடியவில்லை. சாய்பாபா கோவிலில் வரிசையில் நின்று செந்துரம் வாங்கவும், குடும்ப விழா என்ற பெயரில் சாதிக்காரர்கள் ஆயிரம் பேரை ஒன்றிணைத்துக் கிடா வெட்டிச் சாமியாடவும், புதிதாக வெளிவந்த வேற்று மொழி இலக்கிய நூல் ஒன்றைப் பற்றிப் பத்து பக்கங்களுக்குக் கட்டுரை எழுதவும், நரேந்திர தபோல்கர் பன்ஸாரே என சிந்தனையாளர்கள் யார் கொல்லப்பட்டாலும் கடுமையான வார்த்தைகளில் கண்டனம்

தெரிவிக்கவும் என வலம் வந்தவரை முதலில் என்னாலும் புரிந்து கொள்ள முடியவில்லை. பிறகே அப்படிப் பல முகம் கொண்டவனாகத் தன்னைக் காட்டிக் கொள்வதே அவருடைய யுக்தி எனப் புரிந்தது. திருச்சிக்கு நான் மாற்றலானபோது 'சாதிகளும் கொலைகளும் ஆணவங்களும்' என்ற தலைப்பில் அவர் எழுதிய கட்டுரையைப் படித்துக்கொண்டு வந்தேன். வெங்காய வாடை பேருந்து காந்தி மார்க்கெட் கடந்து செல்வதை நினைவூட்டியது.

'சக்திவேல்தான உங்க பேரு' என்று அருகே வந்தமர்ந்தார் இளஞ்செழியன். முதலில் ஆச்சரியம் எழுந்தாலும் பின்னர் அது ஒரு யுக்தி என இயல்படைந்தேன். அதன்பிறகு பல முறை என்னிடம் பேசினார். சில மாதங்கள் ஆள் எங்கே போனார் எனத் தெரியவில்லை. அலைபேசித் தொடர்பு மட்டும் இருந்தது. பின்னர் ஒருநாள் வீட்டிற்கு அழைத்தார். சாதாரணமாகத்தான் இருந்தது. ஆனால் அங்கு என் போன்ற பலர் கூடியிருந்தனர்.

'வாங்க வாங்க சக்தி. பாத்து ரொம்ப நாளாகுது' என்று வரவேற்றவரின் உள் நோக்கம் தெளிவாகத் தெரிந்தது. பின்னர் உறுப்பினர் அட்டை இல்லாத உறுப்பினனாக அவர் கட்சியில் வலம் வரத் தொடங்கினேன். இப்போது இதெல்லாம் நினைவிற்கு வர வேண்டிய அவசியமில்லை. ஆனால் வருகிறது. ஏன்?

முதன்முறையாக நாம் உணராத ஒரு எதிரி நம்மில் இருக்க முடியும் என்பதை அனுபவப்பூர்வமாக உணர்ந்தேன். அந்த மனிதரை வதைக்கத் தொடங்கியதன் வலி தாளாமல் முகத்தின் அமைப்பு கூட மாறாமல் மனம் ஏதோவொன்றை கற்பனை செய்து கொண்டிருந்திருக்கிறது. சோர்ந்து போயிருந்தார். அவரைப் பார்க்க பாவமாக இருந்தது.

சில சம்பவங்கள் அப்படித்தான். பின்னர் யோசித்துப் பார்க்கும் போது பல சாத்தியக்கூறுகள் தோன்றும். ஆனால் நடக்கும்போது அப்படி மட்டுமே ஆக முடியும் என முன்பே தெரிந்திருக்கும்.

அப்பா அன்று அப்படியே போய் உறங்கிவிட்டார். மறுநாள் எழவில்லை. சுற்றி இருந்தவர்கள் நல்ல சாவு என்றனர். அம்மா அதன்பிறகு என்னிடம் பேசவில்லை. குணாவுடன் பாண்டவனூருக்கு திரும்பிவிட்டாள்.

குணா மட்டும் 'போயிட்டு வர்றேன்ணே' என்றான். ஒரு தீர்மானத்தில் நிற்கத் தெரியாதவன். அவனைத் தொட நினைத்தேன். கை நீளவில்லை. பின்னர் சில நாட்கள் கழித்து அன்று இரவு அப்பாவைத் தொடவும் கை நீளவில்லை என்பது நினைவிற்கு வந்தது.

23

'ஒப்பன எதுத்து பேசுறதுக்கும் உனக்கு துணிச்சல் கெடையாது' என்பதுதான் அம்சவள்ளி முதல் தடவை செல்வராஜை ஒருமையில் அழைத்த தருணம். முருகையனை 'ஒப்பன்' என்றதும் அதுவே முதல் தடவை. வந்தது முதலே அவளுக்கு அந்த வீட்டில் இருக்கப் பிடிக்கவில்லை. முருகையனின் இரண்டாவது மனைவியின் மூத்த மகன் ஒருமுறை அவள் கீழே படுத்திருந்த போது கட்டிலில் தூங்கிக் கொண்டிருந்தான். மீசை அரும்பத் தொடங்கியிருந்த வயது அவனுக்கு. தூக்க கலக்கத்தில் என அவன் சமாளித்ததை வீட்டில் எல்லோரும் நம்பினாலும் அவள் மேல் அவன் விழுந்தபோது கைபட்ட இடங்களைக்கொண்டே அந்த விழுகையின் நோக்கத்தை அவள் புரிந்துகொண்டாள். அன்று முதல் செல்வராஜிடம் அவள் சிரித்துப் பேசியது கிடையாது. முகத்தைக் கடுகடுவென்றே வைத்திருப்பாள். அந்த வீட்டின் ஆண்கள் அனைவரும் கீழ்மை நிறைந்தவர்கள் என்று மட்டும் அவளுக்குத் திரும்பத் திரும்பத் தோன்றியது. முருகையனை மட்டும் அப்படி எண்ண முடியவில்லை. யாரும் எழுவதற்கு முன்னே எழுந்து வயலில் இறங்கி விடுவார். வரப்பு வெட்டி விடுவது, நடவாள்களுக்கு டீ வாங்கிக்கொண்டு செல்வது என விடியும்வரை அவருடைய கண்கள் வயலை நெருங்கிக் கவனிக்கும். குளித்து முடித்துவிட்டுத்தான் வீட்டிற்குள் வருவார். அவர் மேல் இருந்த மெல்லிய பிரியத்தை அமசவள்ளி அஞ்சினாள். பெரியண்ணன் மீதிருக்கும் அதே பிரியம் முருகையனின் மீதும் இருந்தது.

பெரியண்ணனை போலவே அவரும் அவளைத் தோள் மேல் தூக்கிக்கொண்டு செல்வது போலக் கனவு வந்தது. ஆனால் அவள் பெரிய பெண்ணாக இருந்தாள். முருகையனின் அழுத்தமான தொடுகையை தொடையில் உணரக்கூட முடிந்தது. அது செல்வராஜின் கை என்று தெரிந்த பிறகே மனம் சற்று அமைதி அடைந்தது. அன்று ஆவேசமாக அவனுடன் இணைந்து கொண்டாள். விடிந்த போது மனம் எதிர்த்திசையில் ஓடியது. முருகையனைத் தீங்கானவராக கற்பனை செய்தாள். பணம் வாங்கிக்கொண்டு ஒரு பக்க நாட்டாமை பேசுவது, கள்ள நோட்டு அடிப்பது என அவருடைய உண்மையான குணங்கள் தெரிய வந்தபோது மனதை ஒரு அவமான உணர்வு தாக்கியது. இனி இவ்வீட்டில் இருக்கக்கூடாது என்ற வீம்பு மனதில் குடியேறியது. செல்வராஜ் எப்போது எப்படி இருப்பான் என்றே சொல்ல முடியவில்லை. நிறையப் புத்தகங்கள் படிப்பதால் அந்தப் புத்தகத்தில் வருவது போலவே அவளைக் கொஞ்சுவான். அதில் மௌந்து போய் விடுவாள். அவள் தன் அறிவை நினைத்தே சொக்குவதாக செல்வராஜ் கற்பனை செய்வான். நகரத்தில் தங்கிப் படித்ததால் அவனிடம் எல்லாவற்றிலும் ஒரு கட்டுசெட்டு இருந்தது. ஆனால் அது கறிக்கு உதவவில்லை என்று தெரியத் தொடங்கியதும் அம்சவள்ளி ஏமாந்தவள் போல உணரத் தொடங்கினாள்.

அவனை மெல்ல மெல்ல அவள் ஏளனம் செய்யத் தொடங்கி இருப்பதை செல்வராஜ் புரிந்து கொள்ளவில்லை. அப்படி பேச்சு முற்றித்தான் அவனை ஒருமையில் அழைத்து விட்டாள். அதற்காக அப்படி ஓங்கி அறைவான் என அவள் எதிர்பார்த்திருக்க வில்லை. கன்னம் பழுத்துக் கன்றிவிட்டது. மாலையில் அவன் வீட்டிற்கு வந்தபோது 'இந்த வீட்ட விட்டு போற வரைக்கும் நான் சாப்பிடப் போறதில்ல' என்றாள்.

'சாப்பாட எடுத்து வை' என்றான்.

எடுத்து வைத்தாள். அவள் சாப்பிடவில்லை என்பது அவனுக்குத் தெரிந்தே இருந்தது. இரவில் மார்பைத் தடவினான். அவள் எதிர்க்கவில்லை. மாறாக நன்றாகவே அன்றிரவு ஒத்துழைத்தாள். மறுநாளும் சாப்பிடாமல் படுத்திருந்தாள். இரவில் அவளே அவனை எழுப்பினாள். சக்திவேல் அழும் சத்தம் கேட்டது. செல்வராஜ் அழுதுகொண்டே எழுந்து ஓடினான்.

தட்டில் சோற்றைப் போட்டு பிசைந்தபடி 'சாப்பிடுடா தங்கம். நாளைக்கே கௌம்பிடலாம்' என்றான். முருகையனிடம் என்ன சொல்லி சம்மதம் வாங்கினான் என அம்சவள்ளிக்குத் தெரிய வில்லை. தெரிந்து கொள்ளவும் அவள் விரும்பவில்லை. தனியே வந்த பிறகு அவ்வப்போது கிடைத்த உள்ளூர் காண்டிராக்ட் வேலைகளை எடுத்துச் செய்யத் தொடங்கினான். சாக்கடைக் கால்வாய் அமைப்பது, சிறிய கல்வெர்ட்டுகள் தொடங்கி அங்கன்வாடி கட்டடங்கள் வரை எடுத்து வேலை செய்தான். அதுவும் முருகையனின் செல்வாக்கினால்தான் கிடைக்கிறது என அம்சவள்ளி எண்ணி குன்றிப் போவாள்.

பிறகு ஒரு சார் பதிவாளர் அலுவலகத்தில் வேலை பார்த்தான். அதன்பிறகு மீண்டும் காண்டிராக்ட் வேலை. சக்தி வளர்ந்து வந்தபோது வீட்டின் முழுக் கட்டுப்பாடும் அம்சவள்ளியின் கைக்குர் போனது. முருகையனைத் தாக்கும் விதமாகவே ஒவ்வொன்றையும் செய்தாள். வீட்டை பாண்டவனூரில் கட்ட வேண்டுமென எவ்வளவோ பிடிவாதம் பிடித்துப் பார்த்தாள். சக்தி திருச்சியின் அருகே காட்டூரில் இடம் வாங்கி வீடு கட்டினான். ரிலையன்ஸ் ஹைப்பர் மார்க்கெட் வீட்டுக்குப் பக்கத்திலேயே இருந்தது அம்சவள்ளிக்கு வசதியான அம்சமாகத் தெரிந்தது. இரண்டாவது மனைவியின் பிள்ளைகள் சரியாகப் படிக்காதது ஏனென்று அறியும் முன்னே கட்சியில் ஓரங்கட்டப்பட்டது என முருகையன் விழுந்தபடியே இருந்தார்.

'அப்பாரு கட்டின வீட்டகூட மாத்தி கெட்ட முடியல நீயெல்லாம் மனுசனா' என்று அவர் இரண்டாவது மனைவி ஒருமுறை கேட்டார். அன்றிலிருந்து காத்தவராயன் சந்நிதியில் இருந்து இரண்டு பாலிதீன் பைகளில் மணல் அள்ளி வரத் தொடங்கினார். தொடக்கத்தில் சில நாள் கிறுக்கெனவே பிறர் எண்ணி இருந்தனர். ஆனால் கணேச கொத்தனிடம் மனை போட வீட்டிற்கு வரச்சொல்லி அவர் அள்ளி வைத்திருந்த மண்ணைக் காட்டிய போது பிள்ளைகள் பதைத்துப் போயின. அதைக் கேள்விப்பட்ட போது அம்சவள்ளி லேசாக மகிழ்ச்சி கூட அடைந்தாள். ஆனால் முருகையனை நேரில் கண்டதும் மனம் உடைந்து போனாள்.

செல்வராஜின் இறுதிச் சடங்குகள் பாண்டவனூரில்தான் நடந்தன. சில நாட்களில் முருகையனும் அவர் அள்ளி வைத்திருந்த மண்ணை அள்ளித் தின்றபடியே இறந்து போனார். குணாவுடன் அம்சவள்ளி பாண்டவனூருக்கே திரும்பினாள். குணா ஏதும்

புரியாதவனாகக் குழம்பி நின்றான். மீனா சில நாட்களுக்கு முன்பே பேசுவதை நிறுத்தி இருந்தாள். ஏதோ கோபமாக இருக்கிறாள் என்றுதான் முதலில் நினைத்தான். ஆனால் மீனா சிவராமன் எங்கேஜ்ட் வித் கார்த்திகேயன் சுகுமாரன் என எடுப்பான ஒரு இளைஞுனுடன் மீனாவின் படத்தைப் பார்த்தபோது அவனுக்கு உடம்பு வெலவெலத்துப் போனது. வீட்டில் சென்று அவளைப் பார்க்கும் தைரியம் வரவில்லை. பேஸ்புக் மெசஞ்சரில் செய்தி அனுப்பினான். பதில் இல்லை. எதேச்சையாக மன்னார்குடி செல்லும் பேருந்தில் மீனாவைப் பார்க்க நேர்ந்தது. அவளுடைய குடும்பமே முழுப் பேருந்தையும் அடைத்திருந்தது. மீனா மேலும் அழகாய் இருந்தாள். மன்னார்குடி ராஜகோபால சுவாமி கோவிலில் அவள் குடும்பம் இறங்கியிருந்தது. குணா சீருடைப் பணியாளர் தேர்வாணையத்தின் விண்ணப்பம் வாங்குவதற்காக அஞ்சலகம் சென்றிருந்தான்.

'பி.சி அப்ளிகேஷன் இருக்கா சார்' என்று கௌண்டரில் தலை நீட்டினான்.

'நாலு மணிக்கெல்லாம் டைம் முடிஞ்சிட்டு தம்பி' என்றார் கௌண்டர் கிளெர்க்.

ஏமாற்றத்துடன் திரும்பியவன் கேனைச் சிரிப்புடன் கடந்து செல்லும் அவன் நண்பனைப் பார்த்தான்.

'டேய் சுரேஷ், இங்கையா வேல பாக்குற' என அவன் கையைப் பிடித்தான்.

சுரேஷ் குள்ளமானவன். குணாவின் பெரிய உருவம் அவன் கையைப் பிடித்ததும் சற்றே பயந்துவிட்டான். தன்னுடைய சீனியரிடம் 'சார், ஒரு பைவ் மினிட்ஸ் வெளில போயிட்டு வர்றேன் சார்' என்று அனுமதி வாங்கியபடி அவனை அழைத்துக்கொண்டு வெளியே வந்தான்.

'டேய் மாப்ள எப்டிடா இருக்க' என அவனை அணைத்தபடி நடந்தான். அவனுடன் தன்னைப் பற்றி பகிர்ந்துகொண்டது சற்றே ஆறுதலாக இருந்தது குணாவுக்கு. சக்தி அவ்வப்போது அனுப்பும் பணத்தில்தான் குடும்பம் ஓடிக் கொண்டிருந்தது. அவனுக்கும் நிரந்தர வேலை கிடைத்திருக்கவில்லை.

மீனா அலைபேசியில் அழைத்தாள். அதுவரை ஏங்கித் தவித்த அழைப்பு அப்போது ஏனோ எரிச்சலை ஏற்படுத்தியது.

எடுத்ததும் 'குணா, நீ போஸ்ட் ஆபீஸ் என்ட்ரன்ஸ்ல வெயிட் பண்ணு. நான் வந்துட்டு இருக்கேன்' என்றபடி மீனா தூரத்தில் ஓடி வருவது தெரிந்தது.

வந்ததும் அவளே பேசத் தொடங்கினாள். 'குணா லெட் மீ எக்ஸ்ப்ளைன். நீ இப்ப இருக்கிற பொசிஷன் பத்தியெல்லாம் எனக்குக் கவலை இல்ல குணா. ஆனா உன்னோட பிரதர் ரெண்டு மாசத்துக்கு முன்னாடி நம்ம ஊர்ல நடந்த ஒரு கற்பழிப்புக் கொலை கேஸ்ல டீப்பா இன்வால்வ் ஆகி இருக்கார். எங்க ரிலேடிவ்ஸ்ல சில பேரும் அதுல அக்யூஸ்டா இருக்காங்க. அது சம்மந்தமா எங்க அப்பா போலீஸ் ஸ்டேஷன் போகும்போது அங்க ஏதோ சண்டை ஆகியிருக்கு. நம்மல பத்தியும் ஏதோ கேள்விப்பட்டிருப்பார் போல. உடனே என்ன கல்யாணம் பண்ணிக்க சொல்லி பிரஷர். அதோட இப்ப நம்ம மேரேஜ் நடந்தா அத வச்சே உங்க பிரதரும் அந்த பாஸ்டர்ட் இளஞ்செழியனும் ஒரு டிராமா பண்ணி பெரிய பிரச்சினைய கிரியேட் பண்ணிடுவாங்க' என்றவள் சற்று நேரம் நிறுத்தித் தொடர்ந்தாள் 'வீ ஆர் நாட் சில்ட்ரன் குணா. யு நோ வெல், இப்ப நாம வீட்ட விட்டே போனாலும் என்ன நடக்கும்னு உனக்குத் தெரியும். ஸோ லெட் இட் கோ குணா' என்றபோது அழத் தொடங்கினாள்.

குணாவுக்கு எல்லாம் சேர்ந்து மொத்தமாகக் குழப்பியது. அவனுடைய சிக்கலே சிலவற்றை முழுமையாக உள்வாங்கிக் கொள்ள முடியும் என்பதே.

'மீனா' என்றான். அவன் குரலைக் கேட்க அவனுக்கே அருவருப்பாக இருந்தது.

'டேய் செல்லம். ப்ளீஸ் டா. என்ன அப்படி கூப்பிடாததடா' என்றபடியே அவன் நெற்றியில் சட்டென முத்தமிட்டுத் திரும்பி நடந்தாள். மேலும் வண்ணமிழந்து கொண்டிருந்த அஞ்சலகத்தின் சிகப்புச் சுவர்களைப் பார்த்தபடி நின்றவன் திரும்பி நடக்கத் தொடங்கினான் ஏதும் நடக்காதவன் போல. ஏதும் நடக்கவில்லை தானே.

24

'**சு**ரேஷ் யாரையாவது லவ் பண்ணினானா ரகு?'

கீர்த்தி வீட்டுக்கு வந்திருந்தாள். பளிச்செ்ன உடையணிந் திருந்தாள். துக்க வீட்டிற்கு வரும் எந்த முகச் சாயலும் அவளிடம் இல்லை. ஆனால் அவளிடம்தான் அம்மாவால் நீண்ட நேரம் உரையாட முடிந்தது. அவளால்தான் அம்மாவைச் சிரிக்க வைக்க முடிந்தது.

'தெரியல கீர்த்தி. அவனோட புக்க பத்தி சில பேர் பேசிட்டு இருக்காங்க. அதுல அவன் டென்த் படிக்கும்போது யாரோ ஒரு கூட பொண்ணு படிச்சாளாம். அவ பேரு மீனாவாம். அவளதான் இவன் லவ் பண்ணி இருக்கான்னு சொல்றாங்க. அதுல வற்ற சக்தி நான்தான்னு வேற ஒரு பேச்சு' என்றபடியே சத்தமாக சிரித்தேன். கீர்த்தியும் சிரித்தாள் மெல்லிய வருத்தம் படர்ந்த முகத்துடன்.

'ஆனா சின்ன வயசுல பல தடவ சாவப் போறேன் சாவப் போறேன்னு சொல்லிட்டே இருப்பான் கீர்த்தி. இந்த தற்கொலை எண்ணம் ஒரு பரம்பரை வியாதி போல. எங்க குடும்பத்துல எல்லா ஜெனரேஷன்லையும் யாரோ ஒருத்தர் சூசைட் பண்ணி செத்து போயிருக்காங்க. தாத்தாவோட தங்கச்சி ஒருத்தங்க. அப்புறப் என்னோட பெரியப்பா. சின்ன தாத்தாவோட மூத்த பையன் அப்படின்னு ஒரு பெரிய லிஸ்டே இருக்கு.'

விழி விரிய பார்த்து விட்டு 'ரகு, அதையே யோசிச்சிட்டு இருக்காத. எங்கிட்டையும் பல தடவ அவன் இப்படி சொல்லி இருக்கான். யாருமே என்ன புரிஞ்சிக்கல யாருமே என்ன மதிக்கலன்னு உளறிகிட்டே இருப்பான். அது மாதிரி அவன்

பேசும் போதெல்லாம் நானும் கண்டிச்சுதான் வெச்சேன். திடீர்னு ஏன் இப்படி ஒரு முடிவெடுத்தான்' என்றாள் கீர்த்தி.

'எனக்கும் தெரியல கீர்த்தி. எங்க யாரையும் அவன் டிஸ்டர்ப் பண்ணல. நல்ல வேலையிலதான் இருந்தான். என்னமோ அவனுக்கு இருக்கப் பிடிக்கல போல' என்றபோது எனக்கே அதிர்ச்சியாக இருந்தது. அவன் இறப்பை நான் முழுமையாக ஏற்றுக் கொள்ளத் தொடங்கி இருந்தேன்.

அருணா, சிவபிரபா, சக்தி, சுரேஷ், குணா,தீபா என எல்லோரும் என் மனதில் மாறி மாறி வந்து சென்றனர். கீர்த்தி கூட உண்மையா அல்லது அவன் நாவலில் வரும் ஒருத்தியா என்று குழப்பமாக இருந்தது. அந்தக் குழப்பம், நானே கூட உண்மையா அல்லது அவன் எழுதிய ஒரு பாத்திரமா என்ற குழப்பத்தில் கொண்டு சென்று நிறுத்தியது.

சிவபிரபா சந்திரசேகரின் மார்பில் படுத்துத் தூங்குகிறாள். அவளுடைய வாயில் இருந்து எச்சில் இறங்கும்போது சந்திரசேகரின் உடல் உலுக்கிக் கொள்கிறது. அந்த உலுக்கலில் அவள் மெல்ல விழித்து மீண்டும் அவன் மார்பிலேயே உறங்கிப் போகிறாள். அவளைப் புட்டத்தில் அடித்து எழுப்புகிறாள் அருணா. அவள் பின்னே நின்று சிரிக்கிறான் சுந்தர். குளித்து நிற்பவளை அருகில் இழுத்துப் போடுகிறான் சுந்தர்.

பிரபாவைச் சூல் கொண்டபோது அருணா முற்றிலும் தனித்தவளாகிப் போனாள். சந்திரசேகருடன் பேசுவதைச் சுத்தமாக விட்டுவிட்டாள். அவன்தான் அவளைப் பார்த்துக் கொண்டான். ஒவ்வொன்றையும் பார்த்துப் பார்த்துச் செய்தான். குன்றிப் போய் அவனைக் கட்டிக்கொண்டு அழுவாள். அவள் அடையும் வேதனையை ஒருமுறை கூட சந்திரசேகர் உதாசீனம் செய்ததில்லை. சுந்தரைவிட மூன்று மடங்கு பிரபாவின் மேல் அன்பு வைத்திருந்தான்.சிறு உதடுகள் மெல்லத் திறந்திருக்க, சுண்டு விரலும் மோதிர விரலும் உள்ளங்கையில் படிந்திருக்க, கால் நெளித்தபடித் தூங்கும் பிரபாவைபல நேரங்களில் கண் கொட்டாமல் பார்த்து நிற்பான். அருணாவிற்கு அதைக்காணும் போது துயர் நெஞ்சை அடைக்கும்.

'ஏய் விடு விடு. எந்திரிச்சு குளி. கோவிலுக்கு போகணும்' என அவனை அடிக்கிறாள் அருணா. சுந்தரும் கட்டிலில் ஏறிக் கொள்கிறான்.

'டேய் சுந்து, சினிமாவுக்கு போவலாமா' என சுந்தரிடம் கேட்கிறான் சந்திரசேகர்.

'நா படம் நா படம் ஆண படம்' என எழுந்து குதிக்கிறாள் பிரபா குட்டி. இரண்டு பேருக்கும் நடுவே கிடந்து துள்ளுகிறார்கள் இருவரும். அருணாவை நீண்ட கரம் நீட்டி அணைக்கிறான் சந்திரசேகர். நடுவே சிரித்தபடியே நசுங்கி நெளிகின்றனர் பிரபாவும் சுந்தரும். சுந்தரைத் தன்னுடைய ஸ்கூட்டியில் ஏற்றிக் கொள்கிறாள் அருணா. சந்திரசேகருடைய வண்டியின் பெட்ரோல் டேங்கில் படுத்தபடி வருகிறது பிரபா குட்டி. திருவெறும்பூர் பாலத்தைக் கடக்கும் போது கட்டுப்பாடு இழந்த லாரி ஒன்று சந்திரசேகருடைய வண்டியை அடித்துத் தூக்குகிறது.

சட்டென விழித்துக் கொண்டேன். மனம் பதைக்கத் தொடங்கியது.

25

'மாப்ள பொங்கலுக்கு என்னடா ப்ளான் வெச்சிருக்க.'

'இல்லடா அன்னிக்கு சாயங்காலம் சக்தி அண்ணனோட ஆரேஷன் இருக்கு. அதுல கலந்துக்கணும்டா.'

'சக்தியா?'

'மூணு வருசமா கட்சியில இருக்க உனக்கு அண்ணன தெரியாதா? அதாண்டா அண்ணனோட தெறமையே. எங்கேயும் வெளிய முகம் காட்ட மாட்டாப்ல. ஆனா நம்ம கட்சில எது நடந்தாலும் அண்ணனுக்கு தெரியாம இருக்காது.'

'உனக்கு மட்டும் எப்படி தெரியும்?'

'ஆமா, உன்னையெல்லாம் க்ளாஸ் எடுக்கும்போது வாடான்னா, போஸ்டர் ஒட்டவும் மீட்டிங்ல பேசவும்தான் வருவேன்னு அடம்பிடிப்ப. அண்ணன் சித்தாந்த வகுப்பு எடுக்கிறவர்டா. அவர பப்ளிக் மீட்டிங்ல எல்லாம் பாக்க முடியாது.'

'ஓகோ.'

'அவரப் பத்தி உனக்குத்தான் தெரியல. அவருக்கு எவ்வளவு கஷ்டம் வருது தெரியுமாடா. அவர வீழ்த்திடணும்னு என்னென்ன வேலையெல்லாம் நடக்குது தெரியுமா? கோமதின்னு ஒரு பொண்ண அவரோட ஊர்ல ஆறு பசங்க ரேப் பண்ணி கொன்னுட்டானுங்க. அதில நம்ம பசங்களையும் இழுத்து விட்டிரணும்னு பிளான் பண்ணி இருக்காங்க. அண்ணன்தான் பர்சனலா தலையிட்டு அத தடுத்திருக்காரு. அதுல அவரு தம்பி

லவ் பண்ணின பொண்ணொட அப்பாவோட தங்கச்சி பையனும் ஒருத்தன். அந்த பொண்ணையும் வேற எடத்தில கட்டி கொடுத்துட்டாங்க.'

'ப்ச். ஒத்தால, இவனுங்கெல்லாம் ஏண்டா இப்படி இருக்கானுங்க.'

'இது கூட பரவா இல்லடா. அண்ணனாலதான் தன்னோட கல்யாணம் நின்னு போச்சுன்னு அவரோட தம்பி... ச்சீ... இப்படிப்பட்ட ஒருத்தருக்கு எப்படித்தான் இவ்வளவு கீழ்த்தரமா ஒரு தம்பி இருக்கானோ?.'

'ஏண்டா என்னடா ஆச்சு?'

'அவங்க ஊர்ல முன்னாடி அருணான்னு ஒரு ஓல்மாரி முண்ட இருந்திருக்காடா. அவளோட ரெண்டாவது புள்ள அவ புருசனுக்கு பொறந்தது கிடையாதாம். ஏதோ நாலு பேரும் படம் பாக்க போனப்ப அவ புருசனும் ரெண்டாவது புள்ளையும் லாரில அடிபட்டு செத்துட்டாங்களாம். அதுக்கு அண்ணன்தான் காரணம்னு அவரோட தம்பியோ சொல்லிகிட்டு திரியிறானாம். அப்பழுக்கே இல்லாத மனுசங்க மேலதான் இது மாதிரி பழி வரும் போல.'

'நல்லதுக்கே காலம் இல்லடா மாப்ள. ஆனா அண்ணன் இதுக்கெல்லாம் அசந்து போற ஆள் கிடையாது. இப்பவும் அவரு தம்பி வேல வெட்டி எதுவும் இல்லாமதான் இருக்கான். அண்ணன்தான் ஏதோ செலவுக்குப் பணம் அனுப்பிட்டு இருக்காரு அவங்க வீட்டுக்கு. சரி மாப்ள, பொங்கலன்னைக்கு பாப்போம்.'

26

சக்தியுடன் எல்லாத் தொடர்புகளையும் குணாவும் அம்சவள்ளியும் துண்டித்துக் கொண்டனர். ஒரு பாலிடெக்னிக் கல்லூரியில் விரிவுரையாளராக குணா வேலைக்குச் சேர்ந்தான். அம்சவள்ளி இறந்துபோனதும் அருணாவை குணா திருமணம் செய்து கொண்டான். அருணாவின் தோழிகள் இருவரும் சுரேஷ-ம் அந்தத் திருமணத்தில் கலந்து கொண்டனர்.

எது கனவு எது உண்மை என்ற தெளிவு ரகுவிற்கு ஏற்படத் தொடங்கியது. ஒளிர்நிழல் நாவல் இன்னும் எழுதி முடிக்கப்பட வில்லை என்றும் ஒரு சந்தேகம் இருந்தது. இப்போது கூட அந்த நாவலைப் பற்றி யாராவது அலைபேசியில் கூப்பிட்டுப் பேசுகிறார்கள். இந்த நொடி வரை அது எழுதி முடிக்கப்பட்டு விட்டது என ரகுவால் நம்ப முடியவில்லை. தீபா அவனை மெல்ல மெல்லத் தேற்றினாள். தன் தம்பியின் தற்கொலை வேறு எவ்விதத்திலும் முடிந்திருக்க முடியாது என்பதையும் முழுவது மாக ஒத்துக்கொண்டான். இப்போது யாராவது அவன் எழுதிய நாவலைப் பற்றிக் கேட்டால் தூரத்து நினைவாக அதை உணர்ந்தான்.

இப்படித் தொகுத்து வைத்திருக்கிறோம் என ஒரு முறை எண்ணுவான்.

சுரேஷ-க்கு எழுத்தாளன் ஆகவேண்டும் என்ற எண்ணம் இருந்தது. ஆனால் அதற்கெனத் திறமையையும் தகுதியையும் அவன் வளர்த்துக் கொள்ளவில்லை. மேலும் அவனைச் சூழ்ந்து நடந்த சில அவலங்களை, குழப்பங்களை அள்ளி வைக்கும் ஒரு

வழியாக எழுத்தை எண்ணிக் கொண்டிருந்திருக்கிறான். அதுவும் முற்றுப் பெறவில்லை.

மறுமுறை சற்றே குரூரமாக, விவசாயத்தை விட்டுக் குடும்பம் வெளியேறும் ஒரு காலகட்டத்தில் பிறந்தவன்; அவனால் அந்த மாற்றங்களைத் தாங்கிக் கொள்ள முடியாததால் இறந்து விட்டான் என முடிவு செய்வான்.அதுவும் தவறெனத் தோன்றும். பின் எதுதான் சரி?

அவரவர் சரி அவரவருக்கு.